ഹെലൻ കെലർ

helen kellar

•

mini menon

•

first edition
october 2010

•

typesetting
nakshathra graphotech, poojappura

•

published
chintha publishers, thiruvananthapuram

•

•

cover
abdul azeez

•

വിതരണം

ദേശാഭിമാനി ബുക്ക് ഹൗസ്

H O തിരുവനന്തപുരം–695 001

ബ്രാഞ്ചുകൾ

ഓവർബ്രിഡ്ജ് തിരുവനന്തപുരം • കെ എസ് ആർ ടി സി ബസ് സ്റ്റേഷൻ ആലപ്പുഴ • കെ എസ് ആർ ടി സി ബസ് സ്റ്റേഷൻ എറണാകുളം • കലൂർ കൊച്ചി • ഐ ജി റോഡ് കോഴിക്കോട് • മാവൂർ റോഡ് കോഴിക്കോട് • എൻ ജി ഒ യൂണിയൻ ബിൽഡിങ് കണ്ണൂർ • സെൻട്രൽ ബസ് ടെർമിനൽ കോംപ്ലക്സ് താവക്കര കണ്ണൂർ • മച്ചിങ്ങൽ ലെയ്ൻ തൃശൂർ

CO - 1501 / 2567

ഹെലൻ കെലർ

ജീവചരിത്രം

മിനി മേനോൻ

ചിന്ത പബ്ലിഷേഴ്സ്
തിരുവനന്തപുരം-695 001

മിനി മേനോൻ

1965 ഫെബ്രുവരി 1–ന് കൊടുങ്ങല്ലൂരിലെ പുല്ലൂറ്റ് ജനിച്ചു. പുല്ലൂറ്റ് ഗവ. ഹൈസ്കൂൾ, കോഴിക്കോട് മലബാർ ക്രിസ്ത്യൻ കോളേജ്, കാലിക്കറ്റ് സർവകലാശാല എന്നിവിടങ്ങളിൽ വിദ്യാഭ്യാസം. ആനുകാലികങ്ങളിൽ ലേഖനങ്ങൾ എഴുതുന്നു. ഇപ്പോൾ കോയമ്പത്തൂർ ആർ വി എസ് ആർട്സ് ആന്റ് സയൻസ് കോളേജിൽ അധ്യാപിക. *മനസിലേക്കൊരു കിളിവാതിൽ* (പരിഭാഷ), *മനസും മനസും* (പരിഭാഷ) എന്നിവയാണ് മറ്റുകൃതികൾ.

ഉള്ളടക്കം

1
ഇരുട്ടും മൗനവും

"**ക**ഷ്ടപ്പാടുകൾ ഇല്ലാതാകുമ്പോഴല്ല; അവയെ ശരിയായ രീതിയിൽ മെരുക്കിയെടുക്കാൻ പഠിക്കുമ്പോഴാണ് ജീവിതം അർഥപൂർണമാകുന്നത്." തികഞ്ഞ ആത്മവിശ്വാസത്തോടെയാണ് ഹെലൻ കെലർ ഒരിക്കൽ ഇങ്ങനെ പറഞ്ഞത്. അതെത്രമാത്രം സത്യമാണെന്നും എങ്ങനെ സ്വന്തം ജീവിതത്തിൽ പ്രാവർത്തികമാക്കി എന്നും അവരുടെ പ്രവർത്തന മണ്ഡലം സാക്ഷ്യപ്പെടുത്തുന്നു. മൂകയും അന്ധയും ബധിരയുമായിട്ടും ലോകത്താകമാനമുള്ള അന്ധരും ബധിരരുമായ, അവശതയനുഭവിച്ചുകൊണ്ടിരിക്കുന്ന ജനലക്ഷങ്ങൾക്ക് ഹെലൻ കെലർ ആശാകേന്ദ്രമായിരുന്നു. വൈകല്യങ്ങൾ ലോകാവസാനമല്ല എന്നുദ്ഘോഷിച്ചു കൊണ്ട് നിത്യാന്ധകാരത്തിലേക്ക് ആണ്ടുപോകുമായിരുന്ന ദുരിതജന്മങ്ങളുടെ മനസിൽ പ്രത്യാശയുടെ തിരികൊളുത്താൻ അവരുടെ ജീവിതത്തിനായി.

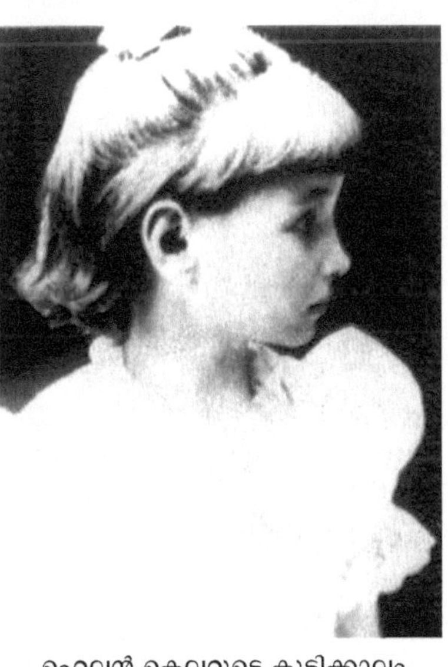
ഹെലൻ കെലറുടെ കുട്ടിക്കാലം

ഹെലൻ കെലറുടെ ജനനം കൊണ്ട് ലോകപ്രസിദ്ധമായിത്തീർന്ന പ്രദേശമാണ് വടക്കേ അമേരിക്കയിലെ അലബാമ സ്റ്റേറ്റിലെ ടസ്കംബിയ എന്ന കൊച്ചുപട്ട

ണം. ഇവിടെയാണ് 1880 ജൂൺ 27ന്, സ്ഥിരോത്സാഹംകൊണ്ടും ശക്തമായ ആത്മവിശ്വാസംകൊണ്ടും വിധിയെ പരാജയപ്പെടുത്തിയ ഹെലൻ കെലർ എന്ന അത്ഭുത ബാലിക ജനിച്ചത്. ഒരു സാധാരണ കുടുംബത്തിൽ വന്നുപിറക്കുന്ന ഏതൊരു സാധാരണ കുട്ടിയുടേതുംപോലെ തന്നെയായിരുന്നു ഹെലന്റെയും ശൈശവം!

"വന്നു; കണ്ടു; കീഴടക്കി, ഏതൊരു കുടുംബത്തിലേയും നവജാത ശിശുവിന്റെയും ഭൂമിയിലേക്കുള്ള വരവുപോലെ തന്നെ!" എന്നാണ് തന്റെ ജനനത്തെകുറിച്ച് ആത്മകഥയിൽ ആ മഹതി രേഖപ്പെടുത്തിയിട്ടുള്ളത്.

ക്യാപ്റ്റൻ ആർതർ കെലറും കെയ്റ്റ് ആഡംസും ആണ് ഹെലന്റെ മാതാപിതാക്കൾ. ഒരു സാധാരണ കുടുംബം. അവിടെയുള്ളവർ എല്ലാവരും നാട്ടുകാർക്കും വീട്ടുകാർക്കും പ്രിയപ്പെട്ടവർ. പരിപൂർണ ആരോഗ്യവതിയായ ഒരു സുന്ദരിക്കുട്ടിയായിരുന്നു കൊച്ചുഹെലൻ. നിസ്സാരമായ ഒരസുഖംപോലും ആ കുട്ടിക്ക് പിടിപെട്ടിരുന്നില്ല. എന്നാൽ കെലറുടെ വീട്ടിലെ സൗഭാഗ്യം അധികകാലം നീണ്ടു നിന്നില്ല. 1882 ഫെബ്രുവരിയിൽ കൊച്ചുഹെലന് മാരകമായ അസുഖം പിടിപെട്ടു. തലച്ചോറിൽ അണുബാധ! ആ രോഗം ഹെലനെ മരണത്തിനു മുഖാമുഖംകൊണ്ടു വന്നു നിർത്തി. കുട്ടി മരിച്ചുപോകും എന്നു തന്നെയാണ് സകലരും കരുതിയത്.

കെലർദമ്പതികൾ തങ്ങളുടെ കുഞ്ഞുമകൾക്ക് വിദഗ്ധമായ ചികിത്സതന്നെ നൽകി. അബോധാവസ്ഥയിലായ കുഞ്ഞിന് ജീവൻ തിരിച്ചു കിട്ടുമെന്ന് അവളെ ചികിത്സിച്ചിരുന്ന ഡോക്ടർപോലും പ്രതീക്ഷിച്ചിരുന്നില്ല. തികച്ചും അപ്രതീക്ഷിതമായ ഒരവസരത്തിൽ ഏവരേയും അമ്പരപ്പിച്ചുകൊണ്ട് കുഞ്ഞിന് ബോധം തിരിച്ചുകിട്ടി. അവൾ ജീവിതത്തിലേക്ക് തിരിച്ചു വരികയായിരുന്നു. മാതാപിതാക്കളും ബന്ധുജനങ്ങളും ഡോക്ടർമാരും എല്ലാം അത്യധികം സന്തോഷിച്ചു. അതുവരെ ഹെലനെ ചികിത്സിച്ചിരുന്ന വിദഗ്ധനായ ഡോക്ടർക്കുപോലും അപ്പോൾ മനസിലാക്കാൻ കഴിഞ്ഞിരുന്നില്ല, ആ കുഞ്ഞിന്റെ കാണാനും കേൾക്കാനുമുള്ള കഴിവ് എന്നെന്നേക്കുമായി നഷ്ടപ്പെട്ടു എന്ന സത്യം!

അപ്രതീക്ഷിതമായിട്ടാണെങ്കിലും ജീവിതത്തിലേക്കു തിരിച്ചു വന്ന ഹെലൻ ദൃശ്യങ്ങളും ശബ്ദങ്ങളും അന്യമായ ലോകത്ത് വേദന കൊണ്ടു പുളഞ്ഞു. മറ്റു പല രോഗങ്ങളും ഈ അസുഖത്തോടനുബന്ധിച്ച് അവൾക്കു പിടിപെട്ടു. അമ്മയുടെ വാത്സല്യം നിറഞ്ഞ ശുശ്രൂഷ ഒന്നു മാത്രമായിരുന്നു ഹെലന് ഏക ആശ്വാസം. ആ അമ്മയുടെ സ്നേഹവാത്സല്യങ്ങൾക്ക് ഏതൊരു ദിവ്യൗഷധത്തേക്കാളും ശക്തി ഉണ്ടായിരുന്നു. അമ്മ! അമ്മയുടെ സ്പർശനത്തിലൂടെ ലഭിക്കുന്ന സാന്ത്വനം അതുമാത്രമായിരുന്നു ഹെലന്റെ ഏക ആശ്വാസം.

അസഹ്യമായ വേദന അനുഭവിച്ചുകൊണ്ട് അർധബോധാവസ്ഥയിൽ കിടന്നിരുന്ന ഹെലൻ ഞെട്ടിയുണർന്ന് തനിക്ക് ഏറ്റവും പ്രിയപ്പെട്ട പ്രകാശം ലഭിക്കുന്നതിനു വേണ്ടി ചുവരിലേക്കു നോക്കികിടന്നു. പിന്നീട് ആ നേരിയ പ്രകാശംപോലും അന്ധകാരത്തിനു വഴിമാറി.

ജനിച്ച്, കേവലം പത്തൊമ്പതു മാസക്കാലം മാത്രമാണ് ഈ വർണപ്രപഞ്ചത്തിന്റെ മനോഹാരിത കണ്ടും കേട്ടും ആസ്വദിക്കുവാൻ ഹെലന് സാധിച്ചിട്ടുള്ളത്. ആ കാലത്തെ സുന്ദര ദൃശ്യങ്ങളുടെ ഓർമകളുടെ നേർത്ത അംശങ്ങൾ മാത്രമേ ഹെലന്റെ മനസിന്റെ വിദൂരമായ ഒരു കോണിൽ തങ്ങി നിന്നിരുന്നുള്ളൂ. ബാക്കിയെല്ലാം സ്വപ്ന സദൃശമായ വെറും മായക്കാഴ്ച!

കേൾക്കാത്ത ശബ്ദങ്ങൾ തിരിച്ചറിയുവാൻ കഴിഞ്ഞില്ല എന്നതു മാത്രമായിരുന്നില്ല ഹെലന്റെ നിർഭാഗ്യം! ശബ്ദം കേൾക്കുകയോ മറ്റുള്ളവരുടെ മുഖചലനങ്ങൾ കാണുകയോ ചെയ്യാത്തതുകൊണ്ട് സംസാരശേഷിയും നഷ്ടപ്പെട്ടു. ആംഗ്യഭാഷ സ്വായത്തമാക്കാൻ സാധിക്കാതിരുന്നതിനും കാരണം മറ്റൊന്നല്ല. അർഥമില്ലാത്ത ചില ശബ്ദങ്ങൾ പുറപ്പെടുവിച്ചതല്ലാതെ വേറൊരു ശബ്ദവും ഹെലന്റെ തൊണ്ടയിൽ നിന്നും പുറത്തു വന്നിട്ടില്ല.

രോഗബാധിതയാകുന്നതിനു മുമ്പ് ഹെലൻ മാതാപിതാക്കളോടൊത്ത് ഒരു കൊച്ചു വീട്ടിലായിരുന്നു താമസിച്ചിരുന്നത്. അവിടെ ആകെ രണ്ടേ രണ്ടു മുറികൾ മാത്രമാണ് ഉണ്ടായിരുന്നത്. ചതുരാകൃതിയിലുള്ള വലിയ മുറിയിൽ കുടുംബാംഗങ്ങൾ എല്ലാവരും ഒന്നിച്ചു കഴിഞ്ഞുകൂടി. ചെറിയ മുറി ജോലിക്കാരിക്കുവേണ്ടി ഒഴിഞ്ഞു കൊടുത്തു. വീട് ചെറുതായിരുന്നെങ്കിലും പരിസരം അതീവ മനോഹരമായിരുന്നു. നാലു ഭാഗത്തും വിവിധ വർണത്തിലുള്ള പനിനീർ ചെടികൾ പുഷ്പിച്ചുനിന്നു. മറ്റനേകം പടരുന്ന ചെടികളും വള്ളികളും പൂത്തുലഞ്ഞ് വീടിന് ഹൃദ്യമായ ആവരണം നൽകി. ഏതു കാലാവസ്ഥയിലും വിടർന്നു വിലസിയിരുന്ന പൂക്കളിൽ നിന്നും പുറത്തുവന്നിരുന്ന സൗരഭ്യം അവിടമാകെ നിറഞ്ഞുനിന്നു.

കെലറുടെ തന്നെ മറ്റൊരു വലിയ വീട്ടിലാണ് ഹെലന്റെ ബന്ധുക്കൾ താമസിച്ചിരുന്നത്. ഹെലൻ താമസിച്ചിരുന്ന വീടിനോടു തൊട്ടു തന്നെ ആയിരുന്നു ആ കുടുംബവീടും. മനോഹരമായി ഒരുക്കിയിരുന്ന പൂന്തോട്ടം ആ വീടിനെയും സുന്ദരമാക്കി. ഏവരുടെയും മനംകവർന്നിരുന്ന ആ പൂന്തോട്ടത്തിൽ ആരുടെയും സഹായമില്ലാതെ തന്നെ കൊച്ചു ഹെലൻ നടന്നു ചെല്ലും. അവൾ കുറ്റിച്ചെടികളെ സ്പർശിച്ചറിഞ്ഞു. പൂക്കളുടെ നേരിയ ഗന്ധംപോലും അറിഞ്ഞാസ്വദിച്ചു. വസന്തകാലത്ത് വിരിയുന്ന പൂക്കളെ തിരിച്ചറിയുവാൻ പഠിച്ചു. രണ്ടു രണ്ടര വയസുള്ളപ്പോൾ തന്നെ പൂക്കൾ വിരിഞ്ഞു നിന്നിരുന്ന ആ ഉദ്യാനത്തിൽ ഒരിടത്തുനിന്ന് മറ്റൊരിടത്തേയ്ക്കു പോകാനും മാർഗ മധ്യേയുള്ള ചെടികളും വള്ളികളും സ്പർശിച്ചു മനസിലാക്കി തടസം നീക്കാനും അവസാനം പൂന്തോ

ട്ടത്തിന്റെ ഒരറ്റത്തു സ്ഥിതിചെയ്യുന്ന വേനൽക്കാലവസതിയിൽ എത്തിച്ചേരാനും ഹെലനു സാധിച്ചിരുന്നു.

ആറുമാസം പ്രായമുള്ളപ്പോൾ തന്നെ ഹെലൻ കൊച്ചുകൊച്ചു ശബ്ദങ്ങൾ അനുകരിച്ചു തുടങ്ങി. ഒരിക്കൽ ടീ,ടീ,ടീ എന്ന ഒച്ചയുണ്ടാക്കി മറ്റുള്ളവരുടെ ശ്രദ്ധ ആകർഷിച്ചു. രോഗബാധിതയാകുന്നതിനു മുമ്പ് പറഞ്ഞിരുന്ന ചില വാക്കുകൾ അതിനുശേഷം പല പ്രാവശ്യം ഉച്ചരിച്ചു നോക്കാൻ ശ്രമിച്ചിരുന്നെങ്കിലും സാധിച്ചില്ല.

ഒരുവയസ്സ് പൂർത്തിയായതോടെ താൻ പിച്ചവയ്ക്കാൻ തുടങ്ങിയെന്ന് അമ്മ പറഞ്ഞ് ഹെലന് അറിയാമായിരുന്നു. ഒരിക്കൽ കൊച്ചു ഹെലനെ അമ്മ കുളിപ്പിച്ച് തോർത്തിച്ചുകൊണ്ടിരിക്കുമ്പോൾ കാറ്റത്ത് ഇളകിക്കൊണ്ടിരുന്ന ഇലകളുടെ നിഴൽ വെളുത്ത തറയിൽ പതിയുന്നത് കുഞ്ഞു കണ്ടു. ഉടൻ തന്നെ അമ്മയുടെ മുട്ടിനിടയിൽനിന്നും കുതറിക്കുടഞ്ഞ് ആ നിഴലിന്റെ നേർക്ക് കുതിച്ചുചാടി. അതാ കിടക്കുന്നു താഴെ! കാൽ വഴുതി വീണതാണ്. പിന്നെ നിർത്താതെ കരച്ചിലും ബഹളവുമായിരുന്നു. അമ്മ ഓടിവന്ന് എടുത്ത് ആശ്വസിപ്പിച്ചപ്പോഴാണ് കരച്ചിലിന് അൽപ്പം ശമനം കിട്ടിയത്. കരച്ചിലടങ്ങിയപ്പോൾ കുട്ടി പുഞ്ചിരിച്ചു. ഇതുപോലെ കൊച്ചുകൊച്ചു സംഭവങ്ങളുടെ നേർത്ത സ്മരണകൾ ഹെലന്റെ മനസിൽ തങ്ങിനിന്നിരുന്നു. ജീവിതത്തിലെ എല്ലാ സന്തോഷങ്ങളും ഹെലനെ സംബന്ധിച്ചിടത്തോളം അൽപ്പായുസുകളായിരുന്നു.

ഗ്രീഷ്മകാലത്ത് കളകൂജനം പൊഴിക്കുന്ന കിളികൾ! പൂത്തുലഞ്ഞു നിൽക്കുന്ന വൃക്ഷലതാദികൾ! ചുവപ്പും സ്വർണ വർണവും കൊണ്ടു പരിലസിക്കുന്ന വസന്തകാലം. ഇവയെല്ലാം ഒരു തിരശ്ശീലയിലെന്ന പോലെ കൺമുന്നിലൂടെ കടന്നുപോയത് ജീവിതാന്ത്യംവരെ ഹെലന്റെ ഓർമയിൽ തിളങ്ങിനിന്നു.

തന്റെ ചുറ്റുപാടും വ്യാപിച്ചുകിടക്കുന്ന നിശ്ശബ്ദതയോടും അന്ധകാരത്തോടും പൊരുത്തപ്പെടാൻ കാലതാമസം ഏറെ എടുക്കേണ്ടിവന്നു. അപ്പോഴും ജീവിതാരംഭത്തിലെ ആദ്യത്തെ പത്തൊമ്പതു മാസക്കാലത്തെ മധുര സ്മരണകൾ ഹെലനെ ആഹ്ലാദിപ്പിച്ചു. ആകാശവും സൂര്യനും പൂക്കളും പച്ചവിരിച്ച വയലുകളും അവയെ മറയ്ക്കുന്ന അന്ധകാരവുമെല്ലാം ഒരിക്കലും മാഞ്ഞുപോകാത്ത മധുരസ്മൃതികളായി ഹെലന്റെ മനസിന്റെ കണ്ണാടിയിൽ തെളിഞ്ഞുനിന്നു.

2

നൊമ്പരങ്ങൾ

ഒന്നര വയസിൽ മരണത്തെ മുഖാമുഖം കണ്ട തങ്ങളുടെ പ്രിയപുത്രിക്ക് കാഴ്ചയും കേൾവിയും നഷ്ടപ്പെട്ടു എന്ന സത്യവുമായി പൊരുത്തപ്പെടാൻ മാതാപിതാക്കൾ വളരെയേറെ ബുദ്ധിമുട്ടി. ശബ്ദങ്ങളോടൊന്നും കുട്ടി യാതൊരു പ്രതികരണവും കാണിക്കുന്നില്ല. ആരെയും തിരിച്ചറിയുന്നില്ല. മുഖത്തിനുനേരെ കളിക്കോപ്പുകൾ ഉയർത്തി കാണിക്കുമ്പോഴോ, എന്തിനു കൈവീശിക്കാണിച്ചാൽപ്പോലുമോ മനസിലാക്കുന്നില്ല. അമ്മയെയും അച്ഛനെയും സംബന്ധിച്ചിടത്തോളം കടുത്ത നൊമ്പരങ്ങളുടെ കാലഘട്ടമായിരുന്നു അത്.

അസുഖം ബാധിച്ച് ഏതാണ്ട് ഒന്നൊന്നര മാസക്കാലം എന്താണ് സംഭവിച്ചത് എന്നതിനെക്കുറിച്ച് യാതൊരു ബോധവും ഓർമയും കുട്ടിക്കുണ്ടായിരുന്നില്ല. അധികസമയവും അമ്മയുടെ മടിയിൽ പറ്റിച്ചേർന്നു കിടക്കുക! അല്ലാത്ത സമയത്ത് ജോലി ചെയ്തുകൊണ്ടിരിക്കുന്ന അമ്മയുടെ ഉടുപ്പിൽ തൂങ്ങി നടക്കുക. വേറൊന്നും ചെയ്യാൻ ഹെലന് സാധിച്ചില്ല. അറിഞ്ഞോ അറിയാതെയോ തന്നെ ഒരുകാര്യത്തിൽ ഹെലന്റെ ശ്രദ്ധ പതിഞ്ഞിരുന്നു. തന്റെ കൈ എത്തുന്നിടത്തുള്ള ഏതൊരു സാധനവും സ്പർശിച്ചുനോക്കി അതിന്റെ രൂപം മനസിലാക്കി, ഓരോ ചലനവും നിരീക്ഷിച്ച്, ആകൃതിയും സ്വഭാവവും മനസിൽ കോറിയിടും. കാര്യങ്ങൾ ഗ്രഹിക്കാനുള്ള കഴിവ് അങ്ങനെയാണ് ആദ്യകാലത്തുതന്നെ ഹെലൻ നേടിയെടുക്കുവാൻ ശ്രമിച്ചത്.

തന്റെ കുഞ്ഞിന് ആശയവിനിമയം നടത്തുവാൻ ഏതെങ്കിലും ഒരു മാർഗം കണ്ടെത്തണം എന്ന കാര്യം ഒരു വാശിപോലെ അമ്മയുടെ മനസിൽ ഉടലെടുത്തു. അതിന്റെ ഫലമായി സ്വാഭാവികതയ്ക്കു യോജിച്ച രീതിയിൽ ആംഗ്യംകൊണ്ട് ആശയവിനിമയം നടത്താനുള്ള ശ്രമത്തിൽ

ഹെലന്റെ അമ്മ
കെയ്റ്റ് ആഡംസ്

ഭാഗികമായിട്ടാണെങ്കിലും അമ്മയും മകളും വിജയിച്ചു എന്നു പറയാം.

'ഉണ്ട', 'ഇല്ല', 'വരിക', 'പോവുക' തുടങ്ങി നിത്യജീവിതത്തിൽ ഏറ്റവും കൂടുതൽ ഉപയോഗിക്കേണ്ട വാക്കുകൾക്ക് ഉചിതമായ ആംഗ്യങ്ങൾ അമ്മയും മകളും കൂടി രൂപകൽപ്പന ചെയ്തെടുത്തു. 'മുറിക്കുക', 'വെണ്ണപുരട്ടുക' തുടങ്ങിയ ആംഗ്യങ്ങൾ തന്റെ മകൾ കാണിക്കുന്നതു കണ്ടാൽ അതവൾ റൊട്ടി ആവശ്യപ്പെടുകയാണെന്നു മനസിലാക്കാൻ അമ്മയ്ക്ക് അധികനാൾ വേണ്ടിവന്നില്ല.

ഹെലൻ വളരുന്നതിനനുസരിച്ച് പ്രശ്നങ്ങളും കൂടിക്കൂടി വന്നു. കുട്ടിക്കു തീരെ അനുസരണയില്ല. എപ്പോഴും ദുശ്ശാഠ്യം! താൻ മനസിൽ വിചാരിക്കുന്ന കാര്യങ്ങൾ മറ്റുള്ളവരെ അറിയിക്കുവാൻ സാധിക്കാതെ വരുമ്പോൾ കുട്ടി ഉച്ചത്തിൽ അലറി വിളിക്കുകയും പാത്രങ്ങളും വിളക്കുകളുമെല്ലാം തല്ലിത്തകർക്കുകയും ചെയ്യും. ബന്ധുക്കൾക്കെല്ലാം അവളുടെ സ്വഭാവം അസഹ്യമായി തോന്നി. ആറുവയസായപ്പോഴേക്കും അമ്മയ്ക്കുപോലും അവളെ നിയന്ത്രിക്കുവാൻ സാധിക്കാതെ വന്നു. ദു:ഖവും നിരാശയും മാത്രമായി അമ്മയെയും മകളെയും ഭരിച്ചിരുന്ന വികാരങ്ങൾ.

നിത്യജീവിതത്തിൽ അനുവർത്തിക്കേണ്ട കാര്യങ്ങൾ മനസിലാക്കിയെടുക്കാനായാൽ തന്നെ മകൾക്ക് ഈ ലോകത്തിൽ പിടിച്ചുനിൽക്കാൻ സാധിക്കും എന്നു മനസിലാക്കിയ അമ്മ അത്തരം കാര്യങ്ങൾ മകളെ പഠിപ്പിക്കുന്നതിൽ ശ്രദ്ധ ചെലുത്തി. അതിലവർ ഒരു പരിധി വരെ വിജയിക്കുകയും ചെയ്തു. കുട്ടിക്ക് ആവശ്യമായ സാധനങ്ങൾ എന്തും അവളാവശ്യപ്പെടുമ്പോൾ എടുത്തു കൊടുക്കാനും അവളുടെ ആഗ്രഹത്തിനനുസരിച്ച് കാര്യങ്ങൾ നിറവേറ്റിക്കൊടുക്കാനും അമ്മ പഠിച്ചെടുത്തത് നിരന്തരമായ തപസ്യയിലൂടെയായിരുന്നു. ഒടുവിലൊടുവിൽ അമ്മയും മകളും തമ്മിലുള്ള ആശയ വിനിമയം നിഷ്പ്രയാസം സാധിക്കാവുന്ന നിലയിലേക്ക് എത്തിച്ചേർന്നു.

ജീവിതാന്ത്യംവരെ നീണ്ടുനിന്ന സുദീർഘമായ അന്ധതയുടെ നാളുകളിൽ, തനിക്ക് അനുഭവപ്പെട്ടിട്ടുള്ള നല്ലതും പ്രകാശപൂർണവുമായ എന്തെങ്കിലും ജീവിതത്തിൽ ബാക്കി നിൽക്കുന്നുണ്ടെങ്കിൽ അതിനു കാരണം അമ്മയുടെ സ്നേഹമസൃണമായ പെരുമാറ്റത്തിന്റെയും ത്യാഗസന്നദ്ധതയുടേയും പരിണതഫലം ഒന്നുമാത്രമാണെന്ന് ഹെലൻ എന്നും ഓർത്തിരുന്നു.

തന്റെ ചുറ്റുപാടും നടക്കുന്ന കാര്യങ്ങൾ എന്തെല്ലാമാണെന്നു മനസിലാക്കുവാൻ വളരെക്കാലത്തെ പരിശ്രമംകൊണ്ടു ഹെലനു സാധിച്ചു. അമ്മയുടെയും മകളുടെയും നിരന്തരമായ കഠിനാധ്വാനത്തിന്റെ ഫലമായി, വസ്ത്രങ്ങൾ എല്ലാം കഴുകി ഉണക്കിക്കൊണ്ടു വരുമ്പോൾ അവ അതാതിടങ്ങളിൽ അടുക്കി വയ്ക്കാൻ ഹെലനു കഴിഞ്ഞു. മറ്റുള്ളവരുടെ വസ്ത്രങ്ങളുടെ കൂട്ടത്തിൽനിന്നും സ്വന്തം ഉടുപ്പുകൾ തെരഞ്ഞെടുക്കുവാനും ഹെലൻ ക്രമേണ പഠിച്ചു. അമ്മയും വീട്ടിലെ മറ്റുള്ളവരും നല്ല വസ്ത്രം ധരിച്ച് പുറത്തുപോകാൻ തയാറാകുന്നതു മനസിലാക്കാൻ തുടങ്ങിയതോടെ തന്നെയും കൂടി കൊണ്ടുപോകാൻ വാശിപിടിക്കുക പതിവായി.

മറ്റുള്ളവരുടെ മുന്നിൽ മകളുടെ വൈകല്യങ്ങളും കുറവുകളും മറച്ചുപിടിക്കാനല്ല; മറിച്ച് അവരോടൊപ്പം ഇടപഴകാൻ കഴിയുന്ന സമയങ്ങളിലൊക്കെ അതിനുള്ള അവസരങ്ങൾ ഒരുക്കിക്കൊടുക്കാനാണ് അമ്മ ശ്രമിച്ചത്. അതിഥികൾ വന്നാൽ ഉടനെ ഹെലനെ വിളിപ്പിക്കും. ചിലപ്പോഴെല്ലാം വിളിപ്പിക്കാതെ തന്നെ അവരുടെ വരവ് ഹെലന് മനസിലാക്കുവാൻ കഴിഞ്ഞിരുന്നു. വാതിൽ തുറക്കുന്ന ചലനങ്ങളിൽ നിന്നും അമ്മയുടെ ദ്രുതഗതിയിലുള്ള ചലനങ്ങളിൽനിന്നും ഹെലന് വീട്ടിൽ പുതിയ ആളുകൾ വരുന്നതും പോകുന്നതും മനസിലാക്കാൻ സാധിച്ചു. ഒരിക്കൽ വീട്ടിൽ ആരൊക്കെയോ എത്തിയിട്ടുണ്ടെന്ന് മനസിലാക്കിയ ഹെലൻ, അതിഥികളെ സ്വീകരിക്കുന്നതിന് ഉതകുന്ന വസ്ത്രങ്ങൾ സ്വയമെടുത്തു ധരിച്ച് കണ്ണാടിയുടെ മുന്നിൽ, തപ്പിപ്പിടിച്ച് പോയിനിന്ന് തലമുടിയിൽ എണ്ണപുരട്ടി ചീകിയൊതുക്കി, മുഖത്ത് പൗഡർ പൂശി. തലയ്ക്കു മീതെ ഒരു മേലങ്കിയെടുത്തണിഞ്ഞ ശേഷം പിന്നുകൾ തെരഞ്ഞെടുത്ത് കുത്തി. അതു മുഖത്തിന്റെ ഒരുഭാഗം മറച്ച് തോളുകളിൽക്കൂടി കീഴ്പ്പോട്ടു ഞാന്നു കിടന്നു. സ്വയം അണിഞ്ഞൊരുങ്ങി സുന്ദരിയായി എന്ന ആത്മവിശ്വാസത്തോടെ വേഗം അമ്മയുടെ അടുത്തെത്തി അതിഥികളെ സൽക്കരിക്കുന്ന കൃത്യത്തിൽ സഹായിക്കുവാൻ തുടങ്ങി. മാത്രമല്ല, അതിഥികൾ യാത്രപറഞ്ഞ് പോകാനായി ഇറങ്ങുമ്പോൾ, കൈവീശി 'റ്റാ, റ്റാ' പറഞ്ഞ് അവരെ സന്തോഷപൂർവം യാത്രയാക്കാനും അവൾ പരിശീലിച്ചു.

താൻ മറ്റുള്ളവരിൽ നിന്നും വ്യത്യസ്തയാണെന്ന കാര്യം എപ്പോഴാണ് മനസിലാക്കിയതെന്ന് ഹെലൻ കൃത്യമായി ഓർക്കുന്നില്ല. അതു തന്റെ പ്രിയപ്പെട്ട അധ്യാപിക ആൻ സളിവന്റെ വരവിനു മുമ്പാണെന്ന കാര്യം തീർച്ചയാണ്. താൻ ഉപയോഗിച്ചു ശീലിച്ചുപോന്ന കൈമുദ്രകൾ അമ്മയോ മറ്റു ബന്ധുക്കൾ ആരും തന്നെയോ ഉപയോഗിച്ചിരുന്നില്ല. അവർ തങ്ങളുടെ ആവശ്യങ്ങളും ആഗ്രഹങ്ങളും വാക്കുകളുടെ സഹായത്താലാണ് വിശദമാക്കിയിരുന്നത്. ഒരാൾ തന്നോടെന്തെങ്കിലും പറയുമ്പോൾ അയാളുടെ ചുണ്ടുകൾ സ്പർശിച്ച് പറയുന്നതെന്താണെന്നു മനസിലാക്കുവാൻ ശ്രമിക്കുകയാണ് പതിവ്. അധികസമയത്തും

യാതൊന്നും തന്നെ മനസിലാക്കുവാൻ സാധിച്ചിരുന്നില്ല. അപ്പോൾ കോപംവരും. അതു നിയന്ത്രിക്കുവാൻ ഹെലന് കഴിഞ്ഞിരുന്നുമില്ല. കലിപൂണ്ട് ബഹളംവയ്ക്കുകയും ദേഷ്യം നിയന്ത്രണാതീതമായാൽ ക്ഷീണിക്കുവോളം സകലതും വലിച്ചെറിയുകയും തച്ചുടയ്ക്കുകയും ഉറഞ്ഞു തുള്ളുകയും എല്ലാം ചെയ്യും. ക്ഷീണിച്ച് അവശയായി എവിടെയെങ്കിലും മറിഞ്ഞുവീഴുന്നതുവരെ ആർക്കും അവളെ സമാധാനിപ്പിക്കുവാൻ സാധിക്കുമായിരുന്നില്ല. 'എല്ല' എന്ന നഴ്സിനെ ഒരു പരിധിവരെ ഹെലൻ അംഗീകരിച്ചു പോന്നു. ഇത്തരം സന്ദർഭങ്ങളിൽ ഹെലൻ എന്താണ് പ്രവർത്തിക്കുക എന്ന് ഊഹിക്കുവാൻ ചില അവസരങ്ങളിലെങ്കിലും ഈ നഴ്സിന് സാധിച്ചിരുന്നു. സമാധാനിപ്പിക്കുവാൻ എത്തുന്ന 'എല്ല'യെ ഹെലൻ അടിക്കുകയും ഇടിക്കുകയും ഉന്തിമറിച്ചിടുകയും അങ്ങനെ തനിക്കു ചെയ്യാൻ കഴിയുന്നതെല്ലാം ചെയ്യും. എന്നാൽ കോപം ഒട്ടൊന്നടങ്ങി സമചിത്തത കൈവരിച്ചു കഴിഞ്ഞാൽ പിന്നെ താൻ പ്രവർത്തിച്ചതിനെ കുറിച്ച് ആലോചിച്ച് പശ്ചാത്തപിക്കുകയും കരയുകയും ഒക്കെ പതിവായിരുന്നു. അതുകാണുമ്പോൾ 'എല്ല' യുടെ പരിഭവമെല്ലാം മഞ്ഞുരുകിപ്പോകുന്നതുപോലെ മാഞ്ഞുപോകും.

'എല്ല'യെപ്പോലെ ഹെലനെ മനസിലാക്കിയിരുന്ന, അവളുടെ ഏറ്റവും അടുത്ത കൂട്ടുകാരിയായിരുന്നു അടുക്കള ജോലിക്കാരിയുടെ മകൾ 'മാർത്ത'. ഹെലന്റെയും മാർത്തയുടെയും സന്തതസഹചാരിയായിരുന്നു 'ബെല്ല' എന്ന പട്ടിക്കുട്ടി. മാർത്തയ്ക്ക് ഹെലൻ കാണിച്ചിരുന്ന ആംഗ്യങ്ങൾ മനസിലാക്കാനും അതിനനുസരിച്ച് ഓരോ കാര്യങ്ങളും ചെയ്തുകൊടുക്കാനും പ്രത്യേക കഴിവും സാമർഥ്യവും ഉണ്ടായിരുന്നു. അവർ തമ്മിൽ യാതൊരു വിധത്തിലുള്ള വഴക്കോ അഭിപ്രായ വ്യത്യാസമോ ഇല്ലാതെ ഒരിക്കലും പിണങ്ങാതെ നോക്കുന്നതിൽ, വിജയിക്കുവാൻ മാർത്തയ്ക്ക് കഴിഞ്ഞിരുന്നു. അവൾ എല്ലായ്പ്പോഴും ഹെലനോട് പൊരുത്തപ്പെട്ടും വിധേയത്വത്തോടുകൂടിയും കഴിഞ്ഞുപോകാൻ കഠിനശ്രമം തന്നെ നടത്തിക്കൊണ്ടിരുന്നു.

അടുക്കളയിൽ ജോലി ചെയ്തുകൊണ്ടിരിക്കുന്ന അമ്മയെ സഹായിക്കാനായി മാർത്ത അധികസമയവും അടുക്കളയിലായിരുന്നു കഴിഞ്ഞുകൂടിയിരുന്നത്. ആഹാരം പാകംചെയ്യുന്നതിൽ അമ്മയെ സഹായിച്ചുകൊണ്ടിരിക്കുന്ന മാർത്തയോടൊപ്പം ഹെലനും അടുക്കളയിൽ ചുറ്റിപ്പറ്റി നിൽക്കും. അടുക്കളയിലും പരിസരത്തും കൊത്തിപ്പെറുക്കി നടക്കുന്ന കോഴികൾക്ക് തീറ്റയിട്ടു കൊടുക്കുക ഈ കുട്ടികളുടെ ഒരു പതിവായിരുന്നു. കോഴികൾക്ക് ഹെലന്റെയും കൂട്ടുകാരിയുടെയും അടുത്തേക്കു വരാനോ, അവരുടെ കൈയിൽ നിന്നും ധാന്യമണികൾ കൊത്തിത്തിന്നാനോ ഒന്നും അൽപ്പംപോലും ഭയമില്ലായിരുന്നു. ആ അവസരത്തിൽ ഹെലൻ കോഴികളുടെ രൂപവും പൂവൻ, പിട എന്നിവ തമ്മിലുള്ള വ്യത്യാസം, അവയുടെ സ്വഭാവ വിശേഷങ്ങൾ എന്നിവയെല്ലാം മനസിലാക്കിയെടുത്തു.

ചിലയിനം പക്ഷികൾ അവയുടെ കൂടുകൾ നിർമിക്കാറുള്ളത് തീരെ ആൾ സഞ്ചാരമില്ലാത്ത ഏതെങ്കിലും രഹസ്യസങ്കേതങ്ങളിലായിരിക്കും. ഇത്തരത്തിലുള്ള കൂടുകൾ തിരഞ്ഞു കണ്ടുപിടിക്കുക എന്നത് ഹെലന് ഏറ്റവും കൗതുകം നിറഞ്ഞ ഒരു വിനോദമായിരുന്നു. കുറ്റിക്കാടുകളിൽ തഴച്ചുവളർന്നു നിൽക്കുന്ന പുല്ലിന്റെയും മറ്റും ഇടയിൽ നിന്ന് കിളിമുട്ടകൾ തട്ടിയെടുക്കുന്നതിൽ ഹെലൻ വിദഗ്ധയായിരുന്നു. രണ്ടു കൈകളും കൂട്ടിച്ചേർത്ത് പരതിപ്പരതി മുട്ട പെറുക്കിയെടുക്കുന്ന രീതിയായിരുന്നു അവൾ അനുവർത്തിച്ചു പോന്നിരുന്നത്. ഇങ്ങനെ മുട്ട തട്ടിയെടുത്തിരുന്ന കാര്യം മാർത്തയിൽ നിന്നുപോലും രഹസ്യമാക്കി സൂക്ഷിച്ചു.

ധാന്യങ്ങൾ സൂക്ഷിക്കുന്ന കൊച്ചുപുര, കുതിരകളുടെ ലായം, കാലിത്തൊഴുത്ത് കൂടാതെ പശുക്കളെ കറവയ്ക്കു വേണ്ടി രാത്രിയും രാവിലെയും കൊണ്ടുവന്ന് കെട്ടിയിടുന്ന സ്ഥലം എന്നിവിടങ്ങളെല്ലാം ഹെലന് പ്രിയപ്പെട്ടതായിരുന്നു. ഹെലനും മാർത്തയ്ക്കും പശുക്കളോടുള്ള സ്നേഹ വാത്സല്യങ്ങൾ മനസിലാക്കിയിരുന്ന കറവക്കാർ, പശുക്കളുടെ പുറത്തും കഴുത്തിലുമെല്ലാം ഹെലന്റെ കൈകൾ എടുത്തുവയ്ക്കാനും അവയെ തലോടാനും അനുവദിച്ചിരുന്നു.

കുട്ടിക്കാലത്ത് ഹെലനെ ഏറ്റവുമധികം ആഹ്ലാദിപ്പിച്ചിരുന്ന, ഹെലൻ കാത്തുകാത്തിരുന്ന ഒരു മഹാസംഭവമായിരുന്നു ക്രിസ്മസ് ആഘോഷം. അമ്മയും വീട്ടിലെ മറ്റുള്ളവരും ഉണ്ണിയേശുവിനെ വരവേൽക്കുവാൻ വേണ്ട തയാറെടുപ്പുകൾ ആരംഭിക്കുമ്പോൾ തന്നെ ഹെലനും വലിയ ഉത്സാഹത്തോടെ അതിൽ പങ്കുചേരും. ആഘോഷങ്ങൾ നടത്തുന്നത് എന്തിനുവേണ്ടിയാണെന്നോ, തിരുപ്പിറവിയെക്കുറിച്ചോ യാതൊന്നും തന്നെ അവൾക്ക് അക്കാലത്ത് മനസിലായിരുന്നില്ല. എന്നാൽ ക്രിസ്മസ്കാലത്ത് അമ്മയുണ്ടാക്കിയിരുന്ന വിശിഷ്ട ഭോജ്യങ്ങളിൽ നിന്നും ഉയർന്നിരുന്ന ഗന്ധം അവളെ മത്തുപിടിപ്പിച്ചു. ബഹളം വയ്ക്കാതെയും വഴക്കിടാതെയും എവിടെങ്കിലും അടങ്ങി ഒതുങ്ങി ഇരിക്കുന്നതിനുവേണ്ടി അമ്മ കൊടുക്കാറുണ്ടായിരുന്ന മധുര പലഹാരങ്ങളായിരുന്നു അക്കാലത്തെ ഏറ്റവും ആകർഷണീയമായ വസ്തുക്കൾ. അന്നു വിളമ്പിയിരുന്ന വിഭവങ്ങളുടെ ഗന്ധവും രുചിയും തന്റെ നാവിൽ എന്നും നിലനിന്നിരുന്നു എന്ന് പിൽക്കാലത്ത് പലപ്പോഴും ഹെലൻ പറഞ്ഞിരുന്നു. ബന്ധുക്കളും അച്ഛന്റെയും അമ്മയുടെയും സുഹൃത്തുക്കളും എല്ലാം കൈനിറയെ സമ്മാനപ്പൊതികളുമായി ക്രിസ്മസ്കാലത്ത് ഹെലനെ സന്ദർശിക്കുക പതിവായിരുന്നു. എന്നാൽ ഈ സമ്മാനപ്പൊതികളോടൊന്നും കൊച്ചുഹെലന് യാതൊരു താൽപ്പര്യവും ഉണ്ടായിരുന്നില്ല. സമപ്രായക്കാരായ മറ്റു കുഞ്ഞുങ്ങൾ ചെയ്തിരുന്നപോലെ വെളുപ്പാൻകാലത്തും മറ്റും ഉണർന്നിരുന്ന് ആ സമ്മാനപ്പൊതികൾ അഴിച്ചുനോക്കി രസിക്കുവാനോ ആനന്ദിക്കുവാനോ ഒന്നും ഹെലൻ മിനക്കെട്ടിരുന്നില്ല. ഹെലന്റെ ഇഷ്ടങ്ങളെല്ലാം മാർത്തയുടെയും ഇഷ്ടങ്ങളായിരുന്നു. അവരുടെ സൗഹൃദം അത്രമേൽ ദൃഢതരമാവാനുള്ള പ്രധാന കാരണവും

മറ്റൊന്നല്ല. ബാല്യകാല വിനോദങ്ങൾ എല്ലാം രണ്ടുപേർക്കും ഒന്നായിരുന്നു.

നാലു നാലര വയസായപ്പോഴേക്കും ഹെലൻ കത്രിക ഉപയോഗിക്കുവാൻ ശീലിച്ചുകഴിഞ്ഞിരുന്നു. ഒരിക്കൽ ജൂലൈ മാസത്തിലെ കടുത്ത ചൂടുള്ള ഒരുദിവസം ഹെലനും മാർത്തയും കൂടി കടലാസു തുണ്ടുകളിൽനിന്നും ഓരോ രൂപങ്ങൾ കത്രികകൊണ്ട് വെട്ടിയുണ്ടാക്കുകയായിരുന്നു. വെളുത്ത ദേഹവും സ്വർണത്തലമുടിയും ഉള്ള നീണ്ടു മെലിഞ്ഞു സുന്ദരിയായ ഹെലന് അന്ന് അഞ്ചു വയസാണ് പ്രായം. മാർത്തയ്ക്ക് ഹെലനെക്കാൾ രണ്ടു വയസേറും. കൂട്ടുകാരിക്ക് ചുരുണ്ട് ഇടതൂർന്ന കറുത്ത മുടിയായിരുന്നു.

കാഴ്ചയില്ലാത്ത ഒരു കുട്ടിയെപോലെയല്ല, മറിച്ച് അനുഗൃഹീതയായ ഒരു കലാകാരിയെപ്പോലെയാണ് ഹെലൻ രൂപങ്ങൾ വെട്ടിയുണ്ടാക്കിയിരുന്നത്. അവളുടെ കരവിരുത് പ്രശംസനീയം തന്നെ ആയിരുന്നു. തൊട്ടടുത്ത നിമിഷംതന്നെ ആ വിനോദത്തിലെ കൗതുകം നഷ്ടമായി. ഷൂലേസ് മുറിച്ച് കഷണങ്ങളാക്കി ഇടുന്നതിലും കുറ്റിച്ചെടികളുടെയും വള്ളിച്ചെടികളുടെയും ഇലകൾ വെട്ടിമുറിച്ചിടുന്നതിലുമായി പിന്നത്തെ ശ്രദ്ധ. കളിച്ചു കളിച്ച് മാർത്തയുടെ തലമുടി പിടികൂടി. കറുത്ത് ചുരണ്ട് ഇടതൂർന്ന മുടി നിമിഷനേരംകൊണ്ട് കൊച്ചുകൊച്ചു കഷണങ്ങളായി നിലത്തുവീണു. വരും വരായ്കകളെ കുറിച്ചൊന്നും മാർത്തയും ഓർത്തില്ല, നിമിഷങ്ങൾക്കുള്ളിൽ ഹെലന്റെ സ്വർണത്തലമുടിയും നിലത്തുവീണു പാറാൻ തുടങ്ങി. എന്നാൽ രണ്ടുപേരും പരസ്പരം തല മൊട്ടയാക്കുന്നതിനു മുമ്പ് അമ്മ വന്നുകയറിയതുകൊണ്ട് കത്രികയ്ക്ക് ഇരയാകാതെ ശേഷിച്ച മുടി രക്ഷപ്പെട്ടു.

'ബെല്ല' തന്റെ യൗവനം മുഴുവൻ ഹെലനുവേണ്ടി മാറ്റി വച്ചതായിരുന്നു. നല്ല ചുറുചുറുക്കും നായാട്ടിൽ വലിയ ഉത്സാഹവുമായിരുന്നു അതിന്. തോട്ടത്തിൽ ചുറ്റി നടക്കുമ്പോഴും കിളിമുട്ട ശേഖരിക്കുവാൻ മറ്റാരും കാണാതെ കുറ്റിക്കാടുകളിലും പുൽമേടുകളിലും അലഞ്ഞു തിരിയുമ്പോഴുമെല്ലാം 'ബെല്ല' കൂടെ ഉണ്ടാകും. എന്നാൽ പ്രായം കൂടുന്നതനുസരിച്ച് അതിന്റെ സ്വഭാവത്തിലും മാറ്റംവന്നു. ഉത്സാഹത്തിന്റെ സ്ഥാനത്ത് മടി കയറിക്കൂടി. എപ്പോഴും എവിടെയെങ്കിലും ചുരുണ്ടു കിടക്കും. ഹെലനോടൊപ്പം കളിക്കാനുള്ള താൽപ്പര്യമെല്ലാം അസ്തമിച്ചു. കിടന്നുറങ്ങുന്ന നായയെ കുത്തിപ്പൊക്കി എഴുന്നേൽപ്പിക്കുവാൻ ഹെലൻ ശ്രമിക്കും. അത് കിടക്കുന്നിടത്തുനിന്നും എഴുന്നേറ്റ് വേറെ എവിടെയെങ്കിലും ചുരുണ്ടുകൂടും. തനിക്കു സാധ്യമാകുന്ന ഓരോ ആംഗ്യങ്ങൾ കാണിച്ച് തന്റെ ഭാഷ നായയെ പഠിപ്പിക്കുവാൻ ഹെലൻ വല്ലാതെ പരിശ്രമിച്ചു. നായയുടെ അശ്രദ്ധ കാരണം എല്ലാം വിഫലമായി. അതു യാതൊന്നും പഠിച്ചില്ല. ഹെലൻ വളരെ താൽപ്പര്യത്തോടെ ഏറ്റെടുത്ത ജോലിയായിരുന്നു അത്. എന്നാൽ ശിഷ്യനിൽ നിന്നും ഉണ്ടായ പ്രതികരണം തീർത്തും നിരാശാജനകമായിരുന്നു. വളരെവേഗം ആ ഉദ്യമം ഉപേ

ക്ഷിക്കേണ്ടിവന്നു. ഏകപക്ഷീയമായ ആ സംരംഭം പരാജയപ്പെട്ടതിൽ വല്ലാതെ അസന്തുഷ്ടയാവുകയും ചെയ്തു.

കുട്ടിക്കാലത്തെ മറ്റു ചില സംഭവങ്ങൾ, തന്റെ ഓർമയിൽ തങ്ങി നിൽക്കുന്നത് ഹെലൻ രേഖപ്പെടുത്തിയിട്ടുണ്ട്. ഒരുദിവസം വെള്ളം കോരിയൊഴിച്ചു കളിച്ചുകൊണ്ടിരുന്നപ്പോൾ ധരിച്ചിരുന്ന ഉടുപ്പ് ആകെ നനഞ്ഞു കുതിർന്നുപോയി. വേഗം ഉണക്കിയെടുക്കണം എന്നു കരുതി വിശ്രമമുറിയിലെ അഗ്നികുണ്ഡത്തിനരികിൽ വിരിച്ചിട്ടു. കുറച്ചുനേരം കാത്തിരുന്നു. ഹേയ്, ഇല്ല! ആ ഉടുപ്പിലെ വെള്ളം ഒന്നു വലിഞ്ഞിട്ടു പോലുമില്ല. ഉടുപ്പെടുത്ത് തീക്കുണ്ഡത്തിന്റെ അടുത്തേയ്ക്ക് വലിച്ചിട്ടു. വീണ്ടും കാത്തിരുന്നു. അവസാനം ദേഷ്യംപിടിച്ചു. ഇല്ല! ഇനി കാത്തി രിക്കാൻ വയ്യ! രണ്ടാമതൊന്നാലോചിക്കാതെ ഉടുപ്പെടുത്ത് തീയിലേക്കിട്ടു. സിന്തറ്റിക്ക് തുണിയല്ലേ, അത് ആളിക്കത്തി! ഹെലന്റെ ഉടുപ്പിലേയ്ക്കും തീ പടർന്നു. ശരീരത്തിൽ ചൂടുതട്ടിയപ്പോഴാണ് ഹെലന് കാര്യം പിടി കിട്ടിയത്. ഭയവും പരിഭ്രമവുംകൊണ്ട് ആ കുട്ടി ഒരുനിമിഷനേരം അന്തം വിട്ടുനിന്നു. ഉച്ചത്തിലുള്ള നിലവിളികേട്ട് ഒരു വേലക്കാരി ഓടിയെത്തി. അവൾ ഒരു പുതപ്പെടുത്ത്, പുതപ്പിച്ച് ഒരുവിധം തീ അണച്ചു. കാലിലും കൈയിന്റെ ചില ഭാഗങ്ങളിലും പൊള്ളലേറ്റു. തലമുടിയുടെ കുറെ ഭാഗ ങ്ങളും കരിഞ്ഞുപോയി. എന്നാൽ വലിയ അത്യാഹിതമൊന്നും സംഭ വിച്ചില്ല.

ഈ പ്രായത്തിൽ തന്നെയാണ് ഹെലന്റെ കൈയിൽ ഒരു താക്കോൽ വീണുകിട്ടുന്നതും അതിന്റെ ഉപയോഗം എന്താണെന്നു മനസിലാക്കാൻ സാധിക്കുന്നതും. ഒരുദിവസം രാവിലെ അമ്മ സ്റ്റോറുമുറിയിൽ എന്തോ എടുക്കാനായി തിടുക്കത്തിൽ കടന്നു. ഹെലൻ അമ്മ അകത്തുകടന്ന ഉടനെ വാതിലടച്ച് പൂട്ടി. ഏതാണ്ട് മൂന്നുമണിക്കൂറോളം അമ്മ അതിന കത്തു കിടന്നു. ജോലിക്കാരെല്ലാം മറ്റുഭാഗങ്ങളിൽ തങ്ങളുടെ ജോലി യിൽ വ്യാപൃതരായിരുന്നതുകൊണ്ട് ശബ്ദം കേട്ടില്ല. അക്ഷമയോടുകൂടി അമ്മ വാതിലിനു തട്ടുകയും ഹെലനെ പേരുചൊല്ലിവിളിക്കുകയും ചെയ്തുകൊണ്ടിരുന്നു. പുറത്തിരുന്ന് കുസൃതിപ്പെണ്ണ് ഈ ശബ്ദം ഒന്നും കേൾക്കാതെ അമ്മയ്ക്ക് പുറത്തു കടക്കാൻ ആവില്ലല്ലോ എന്നോർത്ത് ആഹ്ലാദിച്ചു. അതുവഴി വന്ന ഒരു ജോലിക്കാരിയാണ് ഹെലന്റെ കൈയിൽ നിന്നും താക്കോൽ വാങ്ങി മുറി തുറന്നത്.

ഹെലന് അഞ്ചു വയസു തികയുന്ന വർഷം കുടുംബം ഒരു പുതിയ വീട്ടിലേയ്ക്ക് താമസം മാറ്റി. അന്നവരുടെ വീട്ടിൽ ആകെ നാല് അംഗ ങ്ങൾ മാത്രമേ ഉണ്ടായിരുന്നുള്ളൂ. പുതിയ വീട്ടിൽ വച്ചായിരുന്നു ഇളയ സഹോദരി മിൽഡ്രെഡ് ജനിച്ചത്. കുഞ്ഞനുജത്തിയുടെ ജനനവുമായി ഹെലന് പൊരുത്തപ്പെട്ടുപോകാൻ വളരെയധികം ബുദ്ധിമുട്ട് അനുഭവ പ്പെട്ടു. മാതാപിതാക്കളിൽനിന്നു തന്നെ അകറ്റാനായി വന്നുപിറന്ന ഒരു ജീവിയോടുള്ള അവഗണനയും വെറുപ്പുമായിരുന്നു ഹെലന് ആ കുഞ്ഞി നോട് തോന്നിയിരുന്നത്. അതുവരെ അമ്മ തനിക്ക് നിർലോഭം വാരി

ക്കോരി തന്നിരുന്ന സ്നേഹത്തിന് മറ്റൊരവകാശി വന്നിരിക്കുന്നു. എന്ന തോന്നൽ ഹെലന്റെ മനസിൽ സങ്കടവും പകയും വളർത്തി. അവളുടെ ഹൃദയത്തിൽ നിരാശയും അതൃപ്തിയും അസൂയയും വളർന്നുവരാൻ തുടങ്ങി. കുഞ്ഞനുജത്തി അമ്മയുടെ മടിയിൽ വിശ്രമിക്കുന്നുണ്ടെ ന്നറിഞ്ഞാൽ പിന്നെ ശാഠ്യംപിടിച്ച് കരയുകയും സാധനങ്ങൾ എടുത്തെ റിയുകയും ഒക്കെ ചെയ്ത് തന്റെ പ്രതിഷേധം രേഖപ്പെടുത്തും. അമ്മ യുടെ മടിത്തട്ട് തന്റെ മാത്രം ഇരിപ്പിടമാണെന്ന വിശ്വാസമായിരുന്നു ഹെലന്. തന്റെമാത്രം ഇരിപ്പിടവും തനിക്കുമാത്രം എന്ന വിചാരവും ഹെലനെ അസൂയാലുവാക്കി മാറ്റി. അമ്മയുടെയും അച്ഛന്റെയും സ്നേഹവും ശ്രദ്ധയും പരിചരണവും മറ്റാർക്കും വിട്ടുകൊടുക്കാൻ ഹെലന്റെ കുഞ്ഞു മനസ്സ് അനുവദിച്ചില്ല. അതൃപ്തിയും നിരാശയും ആ മനസിനെ മഥിച്ചു.

ഹെലന്റെ അസൂയാകലുഷിതമായ മനസ്സ് മറനീക്കി പുറത്തുവന്ന ഒരുസംഭവം ഒരിക്കൽ ഉണ്ടായി. എന്നാൽ ബാല്യത്തിൽ സംഭവിച്ചുപോയ ആ കൈത്തെറ്റിനെക്കുറിച്ച് ജീവിതാവസാനംവരെ ഹെലൻ വേദനിച്ചി രുന്നു. തനിക്ക് ഏറ്റവും പ്രിയപ്പെട്ട ഒരു പാവക്കുട്ടിയായിരുന്നു നാൻസി. സ്നേഹം, വെറുപ്പ്, അസൂയ, ഈർഷ്യ തുടങ്ങി തന്റെ മനസിൽ ഉദയം ചെയ്യുന്ന ഭാവങ്ങൾ ഓരോന്നും പ്രകടിപ്പിക്കുവാൻ ഈ പാവ തന്നെ വേണം. പലപ്പോഴും ഒരു കൊച്ചുകുഞ്ഞിനെ എന്നപോലെ ഈ പാവ ക്കുട്ടിയുടെ മേൽ സ്നേഹ വാത്സല്യങ്ങൾ ചൊരിയും. എന്നാൽ തന്റെ നിയന്ത്രണാതീതമായ പ്രകോപനത്തിനും ആ സാധു ബൊമ്മക്കുട്ടി വിധേയയായി. നാൻസിയെ കൂടാതെ ഹെലന്റെ കൈയിൽ വേറെയും ധാരാളം പാവകൾ ഉണ്ടായിരുന്നു. ചിലത് സംസാരിക്കും, ചിലത് കരയും ചിരിക്കും കണ്ണടയ്ക്കും. എന്നാലും ഈവക കഴിവുകൾ ഒന്നും ഇല്ലാത്ത പാവം നാൻസിയോടായിരുന്നു ഹെലന് ഏറെ ഇഷ്ടം. തന്റെ കിടക്കയ്ക്ക് അടുത്തുതന്നെയാണ് നാൻസിയുടെ കിടക്കയും ഒരുക്കിയിരുന്നത്. തന്റെ കിടക്ക കുടഞ്ഞു വിരിക്കുന്ന അതേ ശ്രദ്ധയോടെ നാൻസിയുടെ കിട ക്കയും വിരിച്ചിടും. ഒരു സമയത്തും അതിലൊരു കരടോ പൊടിയോ ഒന്നും ഉണ്ടാവുകയില്ല. ഹെലൻ വളരെ കരുതലോടെ സൂക്ഷിച്ചിരുന്ന നാൻസിയുടെ കിടക്കയിൽ ഒരിക്കൽ അനിയത്തി മിൽഡ്രഡിനെ അമ്മ ഉറക്കിക്കിടത്തി. ഈ ധിക്കാരം ഹെലന് സഹിക്കാൻ കഴിഞ്ഞില്ല. അവൾക്ക് കോപം ഒട്ടും തന്നെ നിയന്ത്രിക്കുവാൻ സാധിച്ചില്ല. കുഞ്ഞിനെ കിടക്കയോടുകൂടി ചുരുട്ടി താഴേക്കു വലിച്ചെറിഞ്ഞു. ഓടിവന്ന് അമ്മ കുഞ്ഞിനെ പിടിച്ചില്ലായിരുന്നുവെങ്കിൽ അതിന്റെ ജീവൻ തന്നെ അപക ടത്തിൽ പെടുമായിരുന്നു.

വളരുന്തോറും അനിയത്തിയോടുള്ള വൈരാഗ്യബുദ്ധിക്ക് ക്രമേണ മാറ്റംവന്നു. അവളോടു സ്നേഹത്തിൽ കഴിയാനുള്ള മാനസികാവസ്ഥ ഹെലനിൽ ഉടലെടുത്തു. കളിയും ചിരിയും കിടപ്പും നടപ്പുമെല്ലാം പിന്നീട് ഒന്നിച്ചായി. ഹെലന്റെ വിരലുകൊണ്ടുള്ള ആശയവിനിമയം അനിയ ത്തിക്കോ അവളുടെ കൊഞ്ചിക്കുഴഞ്ഞുകൊണ്ടുള്ള സംസാരരീതി

ഹെലനോ മനസിലായില്ല. എന്നാൽ ചേച്ചിയുടെ കുറവുകൾ മനസിലാക്കി പെരുമാറാനുള്ള കഴിവ് കുഞ്ഞനിയത്തിക്ക് ഉണ്ടായി. അതുകൊണ്ടു തന്നെ സ്നേഹത്തിന്റെയും സൗഹൃദത്തിന്റെയും വിട്ടുവീഴ്ചയുടെയും അന്തരീക്ഷം അവരുടെ ഇടയിൽ തളിരിട്ടു.

ഹെലനെ ഒരുനിമിഷംപോലും പിരിഞ്ഞിരിക്കുവാൻ അച്ഛനു സാധിക്കുമായിരുന്നില്ല. തന്റെ പ്രിയപ്പെട്ട മകൾക്ക് സ്നേഹവും വാത്സല്യവും എത്രമാത്രം കൊടുത്താലും അദ്ദേഹത്തിന് തൃപ്തിവരുകയില്ല. ഭാര്യ, കുട്ടികൾ, വീട് എന്നിവയ്ക്കു പുറമേ അദ്ദേഹത്തിന് താൽപ്പര്യമുള്ള ഏക വിഷയം നായാട്ട് മാത്രമായിരുന്നു. നായാട്ടിനോട് ഭ്രമമല്ല, ഒരു തരം ഭ്രാന്തുതന്നെയായിരുന്നു അദ്ദേഹത്തിന്. പിന്നെ കമ്പമുള്ള വസ്തുക്കൾ വേട്ടപ്പട്ടികളും തോക്കും ആയിരുന്നു. നായാട്ടിന് സുഹൃത്തുക്കളോടൊപ്പം പോകുമ്പോൾ മാത്രമാണ് അദ്ദേഹം വീടുവിട്ട് മക്കളെയും ഭാര്യയെയും പിരിഞ്ഞ് ജീവിച്ചിട്ടുള്ളത്.

ഒരു വലിയ സുഹൃദ്‌വലയത്തിന്റെ ഉടമയായിരുന്നു മി.കെലർ. അതുകൊണ്ടുതന്നെ വീട്ടിൽ മിക്കവാറും ദിവസങ്ങളിൽ വിരുന്നും സൽക്കാരങ്ങളും നടത്തുക പതിവാണ്. താൻ പുറത്തെവിടെപ്പോയി തിരിച്ചുവരുമ്പോഴും ഹെലന് എന്തെങ്കിലും ഒരു സമ്മാനം അദ്ദേഹത്തിന്റെ കൈയിൽ കാണാതിരിക്കുകയില്ല. തന്റെ തോട്ടത്തിൽനിന്നും കിട്ടുന്നതും പുറമേ നിന്നു ലഭിക്കുന്നതുമായ അത്യപൂർവം കായ്കനികൾ എല്ലാം മകൾക്കു കൊണ്ടുവന്നു കൊടുക്കുകയും അതിന്റെയെല്ലാം പ്രത്യേകതകൾ മകൾക്ക് മനസ്സിലാക്കിക്കൊടുക്കുകയും ചെയ്യുക അദ്ദേഹത്തിന്റെ പതിവായിരുന്നു. തനിക്കു സ്വന്തമായുള്ള വലിയ തോട്ടത്തെക്കുറിച്ചും അവിടെനിന്നും ലഭിക്കുന്ന ഫലമൂലാദികളെക്കുറിച്ചും അദ്ദേഹത്തിനു വലിയ മതിപ്പായിരുന്നു. തോട്ടത്തിൽ മകളെയുംകൊണ്ട് ചുറ്റി നടക്കുന്നതും ഓരോ വൃക്ഷത്തെയും അവൾക്കു പരിചയപ്പെടുത്തിക്കൊടുക്കുന്നതും അദ്ദേഹത്തിന്റെ ഇഷ്ടവിനോദങ്ങളിൽ ഒന്നായിരുന്നു. പിതാവിന്റെ സ്നേഹമസൃണമായ ഓരോ സ്പർശനംപോലും അവൾക്ക് അവിസ്മരണീയമായി തീർന്നു. മകളുടെ പ്രത്യേക താൽപ്പര്യങ്ങൾ കണ്ടെത്തുന്നതിനും അത് സാക്ഷാൽക്കരിക്കുന്നതിലും അദ്ദേഹം ശ്രദ്ധിച്ചു. അമ്മയുടെ പെരുമാറ്റവും മറിച്ചായിരുന്നില്ല. ഹെലന് ആവശ്യമുള്ളതെന്താണെന്നു മനസിലാക്കി; കഴിയുന്നതും വേഗം അതു സാധിച്ചു കൊടുക്കുന്നതിൽ വ്യാപൃതയായിരുന്നു അമ്മയും. മകളെ അനാവശ്യമായി ശകാരിക്കുകയോ അവളിൽ ദോഷാരോപണം നടത്തുകയോ ഒന്നും ആ മാതാപിതാക്കൾ ഒരിക്കലും ചെയ്തിട്ടില്ല.

ഒരു തീരാനൊമ്പരമായി തങ്ങളുടെ മനസിൽ കഴിയുന്ന മകളെക്കുറിച്ചോർത്തിരുന്ന് ദു:ഖിക്കാതെ അവൾക്ക് ഏതെല്ലാം വിധത്തിൽ സന്തോഷം പ്രദാനം ചെയ്യാൻ കഴിയും എന്നൊരു ചിന്ത മാത്രമായിരുന്നു രാവും പകലും അവരുടെ മനസിൽ. ആയിടയ്ക്കാണ് കെയ്റ്റ് കെലർ, ചാൾസ് ഡിക്കൻസിന്റെ *അമേരിക്കൻ നോട്സ്* എന്ന പുസ്ത

കത്തിൽ അന്ധയും ബധിരയുമായ ലോറ ബ്രിഡ്ജ്മാൻ എന്ന കുട്ടിയെ അത്ഭുതകരമായി നന്നാക്കിയെടുത്ത കഥ വായിച്ചത്. അത്ഭുതങ്ങൾക്ക് തങ്ങളുടെ ജീവിതത്തിലും ഇടമുണ്ടെന്നു വിശ്വസിച്ചിരുന്ന അവർ ബാൾട്ടിമൂറിലെ വിദഗ്ധനായ ഒരു ഡോക്ടറുടെ ഉപദേശം തേടി. എന്നാൽ ഹെലന് ജീവിതത്തിൽ ഒരിക്കലും കാഴ്ചയും കേൾവിയും വീണ്ടെടുക്കുവാൻ സാധിക്കുകയില്ല എന്ന വേദനാജനകമായ വിവരമാണ് അദ്ദേഹത്തിന്റെ അടുക്കൽനിന്നും ലഭിച്ചത്.

ഹെലനിലാണെങ്കിൽ ആശയപ്രകടനത്തിനുള്ള അഭിനിവേശം അനുദിനം വളർന്നുകൊണ്ടിരുന്നു. തനിക്കറിയാവുന്ന ഏതാനും അംഗവിക്ഷേപങ്ങൾ തികച്ചും അപര്യാപ്തമായി. മറ്റുള്ളവർക്ക് തന്റെ ആശയങ്ങൾ ഗ്രഹിക്കുവാൻ സാധിക്കുന്നില്ല എന്ന് മനസിലായപ്പോൾ ഹെലൻ വല്ലാതെ അസ്വസ്ഥയായി. ഇത്തരം അവസരത്തിൽ പലപ്പോഴും അടക്കാനാവാത്ത കോപത്താൽ വികാരാധീനയായി പൊട്ടിത്തെറിക്കാറുണ്ടായിരുന്നു. തന്റെ കുറവുകളെ മറികടക്കുവാൻ നിരന്തരമായി ശ്രമിച്ചുകൊണ്ടിരുന്നെങ്കിലും അതുകൊണ്ടു പറയത്തക്ക യാതൊരു പ്രയോജനവും ഉണ്ടായില്ല. അത് ഹെലനെ കൂടുതൽ കൂടുതൽ കലഹപ്രിയയാക്കിക്കൊണ്ടിരുന്നു. പലപ്പോഴും നൈരാശ്യത്തിന്റെ പടുകുഴിയിലേക്ക് അതവളെ തള്ളിയിട്ടു. ആശയപ്രകടനത്തിനുള്ള ഏതെങ്കിലും ഒരു മാർഗം കണ്ടുപിടിച്ചേ തീരൂ എന്ന ബോധം അവളിൽ രൂഢമൂലമായി. ഉദ്ദേശിച്ചതുപോലെ കാര്യങ്ങൾ നടക്കാതെ വരുമ്പോൾ വികാരവിക്ഷോഭം മാനസിക സംഘർഷത്തിന് വഴിവച്ചു.

ഹെലന്റെ പിതാവ് ആർതർ കെലർ

മകളുടെ ഈ അസ്വസ്ഥജനകമായ സ്വഭാവം കൂടിയായപ്പോൾ അതു മാതാപിതാക്കളെ കൂടുതൽ ദു:ഖിപ്പിച്ചു. ഹെലന്റെ താമസസ്ഥലത്തിനടുത്തൊന്നും ഒരു അന്ധ-ബധിര വിദ്യാലയം ഇല്ലായിരുന്നു. തങ്ങളുടെ വീട്ടിൽ വന്നു താമസിച്ച് മകളുടെ വിദ്യാഭ്യാസത്തിന്റെ ചുമതല ആരെങ്കിലും ഏറ്റെടുക്കും എന്ന പ്രതീക്ഷയും ആ മാതാപിതാക്കൾക്ക് ഉണ്ടായിരുന്നില്ല. കുട്ടിക്ക് കണ്ണും കാതും ഇല്ലാത്തതിനാൽ അവളെ ആശയവിനിമയത്തിനു പ്രാപ്തയാക്കുക എന്ന ആയാസകരമായ ജോലി ഏറ്റെടുക്കുവാൻ ആരെയും കിട്ടിയതും ഇല്ല. ബന്ധുക്കളും സുഹൃത്തുക്കളുമെല്ലാം അതുകൊണ്ടുതന്നെ

ഹെലന്റെ വിദ്യാഭ്യാസം എന്ന പ്രക്രിയ അസാധ്യമായ ഒന്നാണെന്ന് വിശ്വസിച്ചു. എന്നാൽ അമ്മയും അച്ഛനും വിധിയോടു അടിയറവു പറയാൻ ഒരുക്കമല്ലായിരുന്നു. ആയിടയ്ക്കാണ് അന്ധരും ബധിരരുമായ കുട്ടികളെ വിദ്യാഭ്യാസം ചെയ്യിക്കേണ്ടുന്ന മാർഗം കണ്ടുപിടിച്ച ഡോ. ഹോവേ എന്നൊരാളെക്കുറിച്ച് ഹെലന്റെ അമ്മ കേട്ടത്. അദ്ദേഹം എവിടെയാണെങ്കിലും കണ്ടുപിടിക്കണം എന്നു കരുതി അമ്മ അന്വേഷണം ആരംഭിച്ചു. അവിടെയും നിരാശ തന്നെയായിരുന്നു ഫലം. അദ്ദേഹം മരിച്ചിട്ട് വർഷങ്ങൾ കഴിഞ്ഞിരിക്കുന്നു എന്ന മറുപടിയായിരുന്നു അവരെ തേടിയെത്തിയത്. അദ്ദേഹത്തിന്റെ സ്ഥാനം ഏറ്റെടുത്ത് പ്രവർത്തിക്കുന്ന ആരെങ്കിലും ഉണ്ടോ എന്നതായി പിന്നത്തെ അന്വേഷണം.

ഹെലന് ആറുവയസുള്ള സമയത്താണ് മി.കെലർ സുപ്രസിദ്ധനായ ഒരു നേത്ര ചികിത്സാ വിദഗ്ധനെക്കുറിച്ച് കേൾക്കാൻ ഇടയായത്. ഒരു കാരണവശാലും കാഴ്ചശക്തി തിരിച്ചു കിട്ടുകയില്ല എന്നു ഡോക്ടർമാർ വിധിയെഴുതിയിരുന്ന പല രോഗികൾക്കും അദ്ദേഹത്തിന്റെ വിദഗ്ധ ചികിത്സയുടെ ഫലമായി കാഴ്ചശക്തി തിരിച്ചുകിട്ടിയിരുന്നു. ഇങ്ങനെ ഒരു വിവരം കേട്ട മാത്രയിൽ മാതാപിതാക്കൾ ഹെലനെ ആ ഡോക്ടറുടെ അടുത്തേക്ക് കൂട്ടിക്കൊണ്ടുപോയി.

ഹെലന്റെ ജീവിതത്തിലെ വളരെ രസകരമായ ഒരു അനുഭവമായിരുന്നു ഡോക്ടറെ കാണുന്നതിനു വേണ്ടിയുള്ള ആ തീവണ്ടി യാത്ര. പലതരത്തിലുള്ള ആളുകളുമായി പരിചയപ്പെടാനും സ്നേഹബന്ധം സ്ഥാപിക്കുവാനും ആ യാത്ര ഉപകരിച്ചു. തീവണ്ടിയിൽ വച്ച് ഒരു സ്ത്രീ ഒരു പെട്ടി നിറയെ കക്ക ഹെലനു സമ്മാനിച്ചു. അച്ഛൻ ഓരോ കക്കയുടെയും മധ്യത്തിൽ സുഷിരങ്ങൾ ഉണ്ടാക്കിക്കൊടുത്തു. ഹെലൻ എളുപ്പത്തിൽ ആ സുഷിരങ്ങളിൽ കൂടി നൂലു കോർക്കാൻ പഠിച്ചു. ഈ വിനോദം തൽക്കാലത്തേക്കാണെങ്കിലും ഹെലനെ വല്ലാതെ ആകർഷിച്ചു. വളരെനേരം ഈ പ്രക്രിയയിൽ മുഴുകിയിരിക്കുവാൻ കൊച്ചു ഹെലന് സാധിച്ചു. തീവണ്ടിയിലെ ഹെഡ് വളരെ ദയാലുവും സ്നേഹസമ്പന്നനുമായിരുന്നു. അയാൾ ടിക്കറ്റു പരിശോധിക്കുന്നതിനുവേണ്ടി വണ്ടിയിലുടനീളം നടക്കുമ്പോൾ ഹെലനെയും ഒപ്പംകൂട്ടി. ഗാർഡിന്റെ കോട്ടിന്റെ തുമ്പിൽ തൂങ്ങി വണ്ടിയിൽ അങ്ങോട്ടും ഇങ്ങോട്ടും അദ്ദേഹത്തോടൊപ്പം ചുറ്റിക്കറങ്ങുന്നത് ഹെലന് വളരെ രസകരമായി തോന്നി. ഗാർഡുമായി അടുത്ത ഹൃദയബന്ധം ഉണ്ടാക്കിയെടുക്കുവാൻ ഹെലന് അധിക സമയമൊന്നും വേണ്ടിവന്നില്ല. കക്കയിൽ ദ്വാരം ഉണ്ടാക്കുന്ന ഒരു ലഘുയന്ത്രം അദ്ദേഹം ഹെലന് സമ്മാനിച്ചു. മറ്റു യാത്രക്കാരുടെ മനസിൽ ഇടം നേടാനും അധികനേരമൊന്നും ഹെലന് വേണ്ടിവന്നില്ല. ഒരു യാത്രക്കാരൻ തന്റെ കൈയിലുണ്ടായിരുന്ന കർച്ചീഫുകൾ ഉപയോഗിച്ച് ഒരു പാവയെ ഉണ്ടാക്കി കൊടുത്തു. മൂക്കും വായയും കണ്ണും ചെവിയും ഒന്നുമില്ലാത്ത വികൃതമായ ഒരു രൂപം. തനിക്കു കാഴ്ചയില്ല എന്ന സത്യം കൊച്ചുഹെലനെ വളരെയധികം വേദനിപ്പിച്ചുവെങ്കിലും

കൗതുകകരമായ എന്തോ ഒന്നായിട്ടായിരുന്നു അതിനെ അവൾ കണക്കാക്കിയിരുന്നത്. പാവയ്ക്കു കണ്ണില്ല എന്ന വസ്തുത ഹെലനെ അത്ഭുതപ്പെടുത്തി. അവൾ ആ കാര്യം യാത്രക്കാരിൽ പലരുടേയും ശ്രദ്ധയിൽ പെടുത്തി. എന്നാലും ആ പാവക്കുട്ടിക്കു രണ്ടു കണ്ണുകൾ വച്ചുപിടിപ്പിച്ചുകൊടുക്കാൻ അവർക്കാർക്കും സാധിച്ചില്ല. ഒടുവിൽ സ്വയംരണ്ടു കക്ക തപ്പിപ്പിടിച്ചെടുത്തു. എന്നിട്ട് മറ്റുള്ളവരോടായി ചോദിച്ചു: "ഇതെവിടെയാണ് വെച്ചു പിടിപ്പിക്കേണ്ടത്?" ഒരു യാത്രക്കാരി കൃത്യമായ സ്ഥാനം നിർണയിച്ചു കൊടുത്തു. വൃത്തിയായി യഥാസ്ഥാനത്തു തന്നെ വച്ചുപിടിപ്പിച്ചെങ്കിലും അൽപ്പം കഴിഞ്ഞപ്പോഴേക്കും ആ പാവയോടുണ്ടായിരുന്ന കൗതുകം നഷ്ടപ്പെട്ടു. യാത്ര ഹെലനെ വല്ലാതെ രസിപ്പിച്ചിരുന്നു. ആ യാത്രയ്ക്കിടയ്ക്ക് ഹെലൻ ഒരിക്കൽ പോലും ക്ഷുഭിതയാവുകയോ ശാഠ്യംപിടിക്കുകയോ ചെയ്തിരുന്നില്ല. യാത്രാവേളയിൽ ഹെലന്റെ കൈകളും ശ്രദ്ധയും ഒരു കാര്യത്തിലല്ലെങ്കിൽ മറ്റൊന്നിൽ സദാ വ്യാപൃതമായിരുന്നു.

യാത്ര സന്തോഷകരമായിരുന്നെങ്കിലും ഡോക്ടർക്ക് ഹെലന്റെ കാഴ്ചയും കേൾവിയും തിരികെ കൊടുക്കുവാൻ സാധിച്ചില്ല. അദ്ദേഹം ഹെലനെയും മാതാപിതാക്കളെയും വളരെ ഹൃദ്യമായി തന്നെ സ്വീകരിച്ചു. എന്നാൽ ഹെലന്റെ കാര്യത്തിൽ അദ്ദേഹം തീർത്തും നിസ്സഹായനായിരുന്നു. പ്രതീക്ഷ കൈവിടണ്ട എന്നും ഹെലന് വിദ്യാഭ്യാസം നൽകാൻ സാധിക്കുമെന്നും സ്വാഭാവ രൂപീകരണം ഏറ്റവും നല്ല രീതിയിൽ നടത്താൻ കഴിയുമെന്നും ഡോക്ടർ അവരെ ആശ്വസിപ്പിച്ചു. ബധിര വിദ്യാർഥികളെ പരിശീലിപ്പിക്കുന്നതിൽ വിദഗ്ധനായ ഡോക്ടർ ബെല്ലിന്റെ അടുക്കലേക്ക് അവരെ പറഞ്ഞയച്ചു. കുട്ടിയെ പഠിപ്പിക്കേണ്ട അന്ധബധിര വിദ്യാലയത്തെക്കുറിച്ചും അധ്യാപകരെക്കുറിച്ചും വിശദ വിവരങ്ങൾ അദ്ദേഹം പറഞ്ഞുതരുമെന്നും ഡോക്ടർ പറഞ്ഞു. ഡോക്ടറുടെ ഈ നിർദേശം ഹെലന്റെ ദു:ഖിതരായ മാതാപിതാക്കൾക്ക് വലിയ ആശ്വാസമായി. കുട്ടിയുടെ ഭാവിയെ കുറിച്ചോർത്ത് സദാ ഉൽക്കണ്ഠാകുലരായിരുന്ന മാതാപിതാക്കൾക്ക്, അവൾക്കു വിദ്യാഭ്യാസം നൽകുക എന്നതുമാത്രമാണ് കരണീയമായിട്ടുള്ളതെന്ന് മനസിലായി. എന്തു ത്യാഗം സഹിച്ചും തങ്ങളുടെ കുഞ്ഞിനെ വിദ്യാഭ്യാസം ചെയ്യിക്കും എന്നവർ തീരുമാനമെടുത്തു.

അടുത്തദിവസം തന്നെ അവർ ഡോ. ബെല്ലിനെ കാണുന്നതിനായി യാത്രതിരിച്ചു. ടെലഫോൺ കണ്ടുപിടിച്ച സാക്ഷാൽ അലക്സാണ്ടർ ഗ്രഹാം ബെൽ ആയിരുന്നു ബധിര വിദ്യാർഥികളെ പഠിപ്പിച്ചുകൊണ്ടിരുന്നത്. തന്റെ ദൗത്യം ഇതാണെന്നു കരുതി അദ്ദേഹം സ്വയം തെരഞ്ഞെടുത്തതായിരുന്നു ആ തൊഴിൽ. അതിനുവേണ്ടി തന്റെ ജീവിതം സമർപ്പിച്ചിരുന്ന ഒരു കാലഘട്ടത്തിലാണ് ഹെലൻ അദ്ദേഹത്തിന്റെ അടുത്തെത്തുന്നത്. ആ യാത്രയും ഹെലനെ സംബന്ധിച്ചിടത്തോളം ആഹ്ലാദദായകമായിരുന്നു. മാതാപിതാക്കളുടെ ദു:ഖഭാരത്തെക്കുറിച്ചൊന്നും

ഹെലൻ കെലർ ഗ്രഹാംബലിനോടൊപ്പം

ഹെലന് യാതൊരു രൂപവുമുണ്ടായിരുന്നില്ല. വീണ്ടും ഒരു ട്രെയിൻ യാത്ര എന്നോർത്ത് ഹെലന്റെ മനസ്സ് ആഹ്ലാദിച്ചു. ഡോ. അലക്സാണ്ടർ ഗ്രഹാം ബെൽ അസാധാരണ വ്യക്തിപ്രഭാവമുള്ള ഒരു മനുഷ്യനായിരുന്നു. ഒരിക്കൽ കണ്ടവരെല്ലാം അദ്ദേഹത്തിന്റെ വ്യക്തിത്വത്തിനു മുമ്പിൽ ശിരസുനമിച്ചു. സകലരുടെയും സ്നേഹാദരങ്ങൾ ചുരുങ്ങിയ കാലംകൊണ്ടുതന്നെ അദ്ദേഹം നേടിയെടുത്തിരുന്നു.

ഹെലനെ ഡോ. ബെൽ മടിയിലിരുത്തി വാത്സല്യം പ്രകടിപ്പിച്ചു. അദ്ദേഹത്തിന്റെ വാച്ചിൽ തിരുപ്പിടിച്ചുകൊണ്ട് മടിയിൽ ഇരുന്നിരുന്ന കാര്യം ഹെലന്റെ ഓർമയിൽ ഏറെക്കാലം പച്ചപിടിച്ചു നിന്നു. ഹെലന്റെ കൈമുദ്രകൾ യാതൊരു ബുദ്ധിമുട്ടും കൂടാതെ അദ്ദേഹം മനസിലാക്കി. ഹെലന് ഡോക്ടറുമായി ഹൃദയബന്ധം സ്ഥാപിക്കുവാൻ ഇതുമാത്രം മതിയായിരുന്നു. ഈ സന്ദർശനവും കൂടിക്കാഴ്ചയും ഹെലന്റെ ജീവിതത്തിലെ വലിയൊരു വഴിത്തിരിവാകുമെന്ന് അന്നാരും കരുതിയിരുന്നില്ല. ആ കൂടിക്കാഴ്ച അകക്കണ്ണു തുറപ്പിക്കുവാനും അറിവിന്റെ വിശാല ലോകത്തേക്കുള്ള പ്രവേശനത്തിനും വഴിയൊരുക്കി.

മസാച്ചുസെറ്റ്സിലെ പെർക്കിൻസ് ഇൻസ്റ്റിസ്റ്റ്യൂട്ട് ഡയറക്ടർ മൈക്കൽ അനാഗ്നോസിന് കുട്ടിയുടെ വിവരങ്ങളെല്ലാം വിശദീകരിച്ചു

കൊണ്ട് ഒരു കത്തെഴുതുവാൻ ഡോ. അലക്സാണ്ടർ ഗ്രഹാം ബെൽ നിർദേശിച്ചു. ആ കത്ത് അതിന്റെ എല്ലാവിധ ഗൗരവത്തോടും കൂടി അനാഗ്നോസ് പരിഗണിച്ചു. പെർക്കിൻസിലെ പൂർവ വിദ്യാർഥിനിയായ ആൻ സളിവനെ ഹെലന്റെ വിദ്യാഭ്യാസത്തിനും പരിചരണത്തിനുമായി അയച്ചു കൊടുത്തു. "ദൈവത്തിന്റെ ശക്തി എന്റെ ആത്മാവിനെ സ്പർശിക്കുകയും അതിനു കാഴ്ച പ്രദാനം ചെയ്യുകയും ചെയ്തു." എന്നാണ് ഹെലൻ ആൻ സളിവനെക്കുറിച്ച് ഒരിടത്ത് രേഖപ്പെടുത്തിയിട്ടുള്ളത്. മഹതിയും ത്യാഗിയുമായ ഒരധ്യാപികയെ തങ്ങളുടെ മകൾക്ക് നൽകാൻ സഹായിച്ചതിൽ ഹെലന്റെ മാതാപിതാക്കൾ ഡോ. ഗ്രഹാം ബല്ലിനോട് അകൈതവമായ നന്ദി പ്രകടിപ്പിച്ചു.

3

അറിവിന്റെ വെളിച്ചത്തിലേക്ക്

ആയിരത്തിഎണ്ണൂറ്റി എൺപത്തി ഏഴ് മാർച്ച് 3-ാം തീയതി ഹെലന്റെ ജീവിതത്തിലെ അവിസ്മരണീയമായ ഒരു ദിനമായിരുന്നു. അന്നാണ് ആൻ സളിവൻ എന്ന മഹതി ഹെലന്റെ ടസ്കംബിയയിലെ വീട്ടിൽ എത്തിച്ചേർന്നത്. ഹെലനന്ന് ഏഴു വയസ്സ് പൂർത്തിയായിരുന്നില്ല. ഹെലനെ ഇരുട്ടിന്റെ ലോകത്തുനിന്ന് അറിവിന്റെ പ്രകാശത്തിലേക്കു നയിക്കുവാൻ ആൻ സളിവന് അധികകാലം വേണ്ടി വന്നില്ല. ചുരുങ്ങിയ കാലംകൊണ്ടുതന്നെ ആൻ ഹെലനെ മെരുക്കി. ക്രമേണ അമ്മയേക്കാൾ അവൾക്കു പ്രിയപ്പെട്ടത് ആൻ ആയി.

അവിസ്മരണീയമായ ആ ദിനത്തിൽ, എന്തോ സംഭവിക്കുവാൻ പോകുന്നുണ്ടെന്ന് അമ്മയുടെ കൈമുദ്രകളിൽ നിന്നും വീട്ടിലെ മറ്റുള്ളവരുടെ ദ്രുതചലനങ്ങളിൽ നിന്നും ഹെലനു മനസിലായിരുന്നു. അന്നേ ദിവസം ഉച്ചയ്ക്കുശേഷം ഹെലൻ തനിക്കു നിശ്ചയമില്ലാത്ത എന്തോ ഒന്നിനെ പ്രതീക്ഷിച്ചുകൊണ്ട് വീട്ടു വാതിൽക്കൽ നിൽക്കുകയായിരുന്നു. പോക്കുവെയിലിന്റെ വെളിച്ചം അവളുടെ മുഖത്തുവന്നു പതിച്ചു. ചിരപരിചിതമായ ഇലകളിലും വള്ളികളിലും എല്ലാം കൈകൾ വെറുതെ സഞ്ചരിച്ചു. തൊട്ടടുത്ത നിമിഷത്തിൽ സംഭവിക്കാൻ പോകുന്ന കാര്യത്തെക്കുറിച്ച് ഹെലന് യാതൊരു സൂചനയും ഉണ്ടായിരുന്നില്ല. കുറെ ദിവസമായി വാശിയും കോപവും നിരാശയും മാത്രമാണ് അവളെ ഭരിച്ചുകൊണ്ടിരുന്നത്. അതിനെ തുടർന്നുള്ള ക്ഷീണം പറഞ്ഞറിയിക്കുവാൻ പറ്റാത്തതാണ്. അതുകൊണ്ടുള്ള അലസതയും മ്ലാനതയും ആണ് ഹെലനെ വെറുതെ സമയം കളയാൻ പ്രേരിപ്പിച്ചത്.

മൂടൽമഞ്ഞിൽ അകപ്പെട്ട് ദിക്കറിയാതെ ഉഴലുന്ന ഒരു കപ്പൽപോലെയായിരുന്നു വിദ്യാഭ്യാസം തുടങ്ങുന്നതുവരെയുള്ള ഹെലന്റെ ജീവിതം.

'വെളിച്ചം! എനിക്കു വെളിച്ചത്തിന്റെ ലോകത്തേക്കു പ്രവേശനം നൽകുക' എന്നതു മാത്രമായിരുന്നു ആ കുട്ടിയുടെ പ്രാർഥന. വാക്കുകളിലൂടെ പ്രകടിപ്പിക്കാനാവാത്ത ആത്മാവിന്റെ രോദനം അവസാനം ദൈവം കേട്ടു. അങ്ങനെയാണ് സർവേശ്വരൻ ആൻ സളിവന്റെ രൂപത്തിൽ ഹെലന്റെ മുന്നിൽ പ്രത്യക്ഷപ്പെട്ടത്.

ആൻ സളിവൻ

അൽപ്പസമയത്തിനകം ഏതോ പദചലനങ്ങൾ അടുത്തുവരുന്നതായി തോന്നി. അമ്മയാണെന്നു കരുതി കൈകൾ നീട്ടി. ആരോ ആ കൈകളിൽ പിടിച്ചു. ഇതിനു മുമ്പൊരിക്കലും അറിഞ്ഞിട്ടില്ലാത്ത സ്പർശനം. അന്തംവിട്ടുനിന്ന ഹെലനെ ആ സ്ത്രീരൂപം മാറോട് അടുപ്പിച്ചു. പിൽക്കാലത്ത് ഹെലന്റെ ജീവിതത്തിലെ ശബ്ദവും വെളിച്ചവുമായി മാറിയ ആൻ സളിവൻ എന്ന ശ്രേഷ്ഠ വനിതയായിരുന്നു ആ സ്ത്രീ!

തൊട്ടടുത്ത ദിവസം തന്നെ ആൻ ഹെലനുമായി സൗഹൃദം സ്ഥാപിക്കാൻ ശ്രമിച്ചു. അതിരാവിലെ തന്നെ കുട്ടിയെ തന്റെ മുറിയിലേക്കു വിളിച്ചുകൊണ്ടുവന്ന് ഒരു പാവക്കുട്ടിയെ എടുത്ത് കൈയിൽ കൊടുത്തു. മുൻപ് ആൻ പഠിപ്പിച്ചിരുന്ന സ്പെഷ്യൽ സ്കൂളിലെ കുട്ടികൾ സമ്മാനിച്ചതായിരുന്നു ആ പാവ. പാവ കൈയിൽ കിട്ടിയ സമയത്തൊന്നും ഹെലന് ആ വിവരം മനസിലായിരുന്നില്ല. വീണ്ടുംവീണ്ടും പറഞ്ഞുകൊടുത്തതിന്റെ ഫലമായി വളരെ നാളുകൾക്കുശേഷമാണ് തന്നെപ്പോലെയുള്ള കുട്ടികൾ നിർമിച്ച് കൊടുത്തയച്ചതാണ് ആ പാവ എന്ന വിവരം മനസിലാക്കാൻ കഴിഞ്ഞത്. ഹെലൻ പാവ കൈയിൽ കിട്ടിയ ഉടനെ അതുമായി കളിക്കുവാൻ തുടങ്ങി. ഈ സമയത്ത് ആൻ സളിവൻ Doll എന്ന വാക്കിലെ ഓരോ അക്ഷരവും ഹെലന്റെ കൈയിൽ എഴുതിക്കാണിച്ചു. വിരലുകൾകൊണ്ടുള്ള ഈ കളി ഹെലനെ ആകർഷിച്ചു. അത് അനുകരിക്കുന്നതിൽ ഹെലന് താൽപ്പര്യവും കൗതുകവും ജനിച്ചു. പെട്ടെന്നു തന്നെ Doll എന്ന വാക്കിലെ അക്ഷരങ്ങൾ അനുകരിക്കുന്നതിൽ വിജയിച്ചു എന്നു മനസിലായപ്പോൾ ശിശുസഹജമായ ആനന്ദവും അഭിമാനവുംകൊണ്ട് ഹെലന്റെ സുന്ദരമായ കൊച്ചു മുഖം ചുവന്നുതുടുത്തു.

ഉടനെ തന്നെ സന്തോഷം പങ്കുവയ്ക്കുന്നതിനു വേണ്ടി അമ്മയുടെ അടുത്തേക്ക് ഓടി. അമ്മയുടെ ഉള്ളംകൈയിൽ 'ഡോൾ' എന്ന വാക്കിലെ

അക്ഷരങ്ങൾ എഴുതിക്കാണിച്ചു. അപ്പോൾ ഹെലന് താനെഴുതി പഠിച്ചത് ഒരു വാക്കിലെ അക്ഷരങ്ങളാണെന്നോ, അങ്ങനെ ഒരു വാക്ക് ഉണ്ടെന്നുള്ള വിചാരംപോലുമോ മനസിൽ ഉണ്ടായിരുന്നില്ല. ഒരു കുരങ്ങ് എങ്ങനെയാണോ തന്റെ മുന്നിൽ കാണുന്ന കാര്യങ്ങൾ അനുകരിക്കുന്നത്; അതുപോലെയുള്ള ഒരുതരം അനുകരണ വാസന തന്നെ. വാക്കോ അതിന്റെ അർഥമോ ഒന്നും തന്നെ മനസിലായിരുന്നില്ലെങ്കിലും ഏതാനും നാമപദങ്ങളും ക്രിയാപദങ്ങളും കൂടി പഠിച്ചെടുത്തു. എന്നാൽ ഓരോ വസ്തുവിനും ഓരോ പേരുണ്ടെന്നും, ആ പേരിലാണ് അവ ഓരോന്നും അറിയപ്പെടുന്നതെന്നും മനസിലാക്കാൻ പിന്നെയും കുറെ സമയമെടുത്തു.

വിരലുകൊണ്ട് ഹെലന്റെ കൈവെള്ളയിൽ അക്ഷരമെഴുതി പഠിപ്പിക്കുക എന്നതിനേക്കാൾ ഉപരിയായി ഒരു വെല്ലുവിളിപോലെ ആനിന്റെ മുന്നിൽ ഉയർന്നുനിന്നത് ഹെലന്റെ സ്വഭാവ രൂപീകരണമായിരുന്നു. അക്ഷരം പഠിപ്പിക്കുക എന്നതിനേക്കാൾ വലിയ യജ്ഞമായിരുന്നു ഹെലനെ മര്യാദ പഠിപ്പിക്കൽ. വികൃതി, ദുശ്ശാഠ്യം എന്നിവ മാത്രമായിരുന്നു ആ പെൺകുട്ടിയുടെ കൈയിലിരുപ്പ്. തീൻമേശയിലെ പെരുമാറ്റമായിരുന്നു ഏറ്റവും വൃത്തികെട്ടത്. ഒരിടത്ത് അടങ്ങിയിരുന്ന് ഭക്ഷണം കഴിക്കുന്ന പതിവ് ഹെലനില്ല. മേശയ്ക്കു ചുറ്റും ഓടിനടന്ന് ഓരോരുത്തരുടെയും പ്ലേറ്റിൽനിന്നും വാരിത്തിന്നും. എത്ര നിർബന്ധിച്ചാലും സ്പൂണും ഫോർക്കും ഉപയോഗിക്കുകയില്ല. ഒരു ചിട്ടയുമില്ലാതെ സകലതും കൈകൊണ്ട് വാരിവലിച്ചു തിന്നും.

മനസിന് വിഷമം തോന്നാത്ത രീതിയിൽ കുട്ടിയെ മര്യാദ പഠിപ്പിക്കുന്നത് എങ്ങനെ എന്നായി ആനിന്റെ ചിന്തകൾ. അതിനുവേണ്ടി വീടിനടുത്തുതന്നെയുള്ള ചെറിയൊരു കോട്ടേജിലേക്ക് ഹെലനെയും കൊണ്ട് മാറിത്താമസിക്കുവാൻ ആൻ മാതാപിതാക്കളിൽനിന്നും അനുവാദം തേടി.

'അവളെ പഠിപ്പിക്കാൻ തുടങ്ങിയപ്പോൾ മുതൽ മുന്നിൽ പ്രതിബന്ധങ്ങൾ മാത്രമാണ് ഉണ്ടായിരുന്നത്. അങ്ങേയറ്റംവരെ പൊരുതിയിട്ടല്ലാതെ ഒരു കാര്യത്തിലും അവൾ വഴങ്ങിയില്ല. പറഞ്ഞു മനസിലാക്കിയോ പ്രലോഭിപ്പിച്ചോ പുകഴ്ത്തിയോ ഒന്നും അവളെക്കൊണ്ട് അനുസരിപ്പിക്കുവാൻ കഴിയുകയില്ല. മുടി ചീകുക, കൈ കഴുകുക, ഷൂവിന്റെ ലേസ് കെട്ടുക തുടങ്ങി നിസ്സാര കാര്യങ്ങൾക്കുപോലും പലപ്പോഴും ബലം പ്രയോഗിക്കേണ്ടി വന്നു. എന്തായാലും അതിന്റെയെല്ലാം അവസാനം ഒരു കലാപമായിരിക്കും. അനുസരിക്കാൻ പഠിക്കുന്നതുവരെ അവളെ ഭാഷയോ മറ്റെന്തെങ്കിലുമോ പഠിപ്പിക്കാൻ ശ്രമിക്കുന്നത് വ്യർഥമാണെന്ന് എനിക്കു മനസിലായി. ഞാൻ ഒരുപാട് ചിന്തിച്ചു. കുട്ടിയുടെ മനസിലേയ്ക്ക് കടക്കാനുള്ള വാതിൽ അനുസരണതന്നെ എന്ന് ചിന്തിക്കുന്തോറും എനിക്ക് കൂടുതൽ കൂടുതൽ ബോധ്യമാകുന്നു.' ആൻ സോഫിയ ഹോപ് കിൻസിന് അയച്ച കത്തുകളിലെ വാചകങ്ങളാണ്

ഹെലൻ കെലറുടെ വീട്

ഇവ. ആൻ പെർകിൻസിലെ വിദ്യാർഥിയായിരിക്കുമ്പോൾ, മുതൽക്കേ മാതൃതുല്യം വാത്സല്യം നൽകിയ സ്ത്രീയായിരുന്നു സോഫിയ. അവർക്ക് ഹെലന്റെ പഠിപ്പിന്റെ പുരോഗതിയെക്കുറിച്ച് ആൻ നിരന്തരം കത്തുകൾ എഴുതിയിരുന്നു.

തീൻമേശയിലെ മര്യാദകളും, സ്വന്തമായി തലമുടി ചീകികെട്ടാനും ഷൂ ധരിച്ച് ലേസ് കെട്ടാനും ഒക്കെയാണ് ആദ്യം പഠിപ്പിക്കാൻ തുനിഞ്ഞത്. വാശിക്കാരിയായ ഹെലനെ ഇതു കൂടുതൽ അക്രമാസക്തയാക്കി. ഒരു കാര്യവും അവളെക്കൊണ്ട് നിർബന്ധിച്ച് ചെയ്യിക്കുക സാധ്യമല്ലായിരുന്നു. ആർക്കും വഴങ്ങുന്ന സ്വഭാവമായിരുന്നില്ലല്ലോ ഹെലന്. വാശിയും കോപവും അസഹ്യമാകുമ്പോൾ ആൻ കനത്ത ശിക്ഷ തന്നെ നൽകി. ഹെലനോട് പിന്നെ കുറെ നേരത്തേക്ക് ആശയവിനിമയത്തിന് തയാറാകുകയില്ല. വിരലുകൊണ്ടുള്ള ആശയവിനിമയ രീതി കുട്ടി അപ്പോഴേക്കും ഇഷ്ടപ്പെട്ടു തുടങ്ങിയിരുന്നു. പിണക്കവും ഇണക്കവുമായി ഏതാനും ആഴ്ചകൾ പിന്നിട്ടു. ഹെലൻ ക്രമേണ മര്യാദക്കാരിയായി. അധ്യാപികയും ശിഷ്യയും തമ്മിലുള്ള ബന്ധം ഓരോ ദിവസം കഴിയുമ്പോഴും കൂടുതൽ കൂടുതൽ സുദൃഢമായിത്തുടങ്ങി.

അധ്യയനം എന്ന തപസ്യ അനുസ്യൂതം തുടർന്നു. ഒരിക്കൽ ഹെലൻ ഒരു പാവയെ എടുത്ത് കളിച്ചുകൊണ്ടിരിക്കുമ്പോൾ, ആൻ മറ്റൊരു വലിയ പാവയെ എടുത്ത് ഹെലന്റെ മുട്ടിന്മേൽ വച്ചു കൊടുത്തു. അതിനുശേഷം കൈവെള്ളയിൽ ഡോൾ എന്നെഴുതി. എന്നിട്ട് രണ്ടും 'ഡോൾ' തന്നെയാണെന്ന് മനസിലാക്കിച്ചു കൊടുത്തു. എന്നാൽ mug, water എന്നീ വാക്കുകളുടെ വ്യത്യാസം പഠിപ്പിച്ചുകൊടുക്കാൻ ഏറെ പാടു

പെടേണ്ടി വന്നു. അതിനുവേണ്ടി വളരെയധികം സമയം ചെലവഴിച്ചു. അധ്യാപികയും ശിഷ്യയും വളരെയധികം കഷ്ടപ്പെട്ടതിന്റെ ഫലമായാണ് അക്ഷരങ്ങൾ ചേർന്ന് വാക്കുകൾ ഉണ്ടാകുന്നു എന്ന സാമാന്യ തത്വം ഹെലന് ഗ്രഹിക്കുവാൻ കഴിഞ്ഞത്. ഓരോ വാക്കിലെയും അക്ഷരങ്ങൾ ശരിക്ക് അറിയാമായിരുന്നിട്ടുപോലും ഈ വാക്കുകൾ പലപ്പോഴും തെറ്റിപ്പോയിട്ടുണ്ട്. മിസ് സളിവൻ പലതവണ ഇതു തിരുത്തിക്കൊടുത്തിരുന്നുവെങ്കിലും ആദ്യമൊക്കെ ശരിക്കും മനസിലാക്കിയെടുക്കാൻ വളരെയധികം കഷ്ടപ്പാടുകൾ അനുഭവിച്ചു. ടീച്ചറുടെ നിരന്തരമായ ശിക്ഷണത്തിൽ ഹെലന് വല്ലാത്തദേഷ്യം വന്നു. കുപിതയായ അവൾ അടുത്തിരുന്നിരുന്ന പാവക്കുട്ടിയെടുത്ത് നിലത്തേക്കു വലിച്ചെറിഞ്ഞു. ആ സമയത്ത് ആ കളിപ്പാട്ടത്തോട് യാതൊരു താൽപ്പര്യവും തോന്നിയിരുന്നില്ല. അതുകൊണ്ടുതന്നെ തന്റെ അപ്പോഴത്തെ പ്രവൃത്തിയിൽ അൽപ്പംപോലും പശ്ചാത്താപവും ഉണ്ടായില്ല.

ഹെലന് ഓരോ വാക്കും മനസിലാക്കിച്ചു കൊടുക്കുന്നതിന് പുതിയ പുതിയ ഓരോ ആശയങ്ങൾ ഉണ്ടാക്കിയെടുക്കേണ്ടിവന്നു ടീച്ചർക്ക്. ആൻ ഹെലന്റെ തൊപ്പിയുമായി പുറത്തുവന്നപ്പോൾ പുറത്തേക്കെങ്ങോട്ടോ പോകുന്നതിനു വേണ്ടിയാണെന്ന് ഹെലനു തോന്നി. പുറത്ത് സൂര്യൻ കത്തി ജ്വലിച്ചുകൊണ്ടു നിന്നിരുന്നു. സൂര്യന്റെ ചൂട് അനുഭവിച്ചറിയാനുള്ള ആവേശത്തിൽ ഹെലൻ തുള്ളിച്ചാടി. പിന്നെ ഒട്ടും അമാന്തിച്ചില്ല. ഉടനെതന്നെ അടുത്തുള്ള കിണറിന്റെ സമീപത്തേക്ക് ഓടി. ഒരു ജോലിക്കാരൻ കിണറിൽനിന്നും വെള്ളം കോരിക്കൊണ്ട് നിന്നിരുന്നു. ആ കുളിർ ജലം ഒഴുകുന്നതിന് അടിയിലേക്ക് അധ്യാപിക ഹെലന്റെ കൈപിടിച്ചു കൊടുത്തു. അതിനുശേഷം വാട്ടർ എന്നതിലെ അക്ഷരങ്ങൾ ആദ്യം സാവധാനത്തിലും പിന്നീട് വേഗത്തിലും എഴുതിക്കൊടുത്തു. ഹെലൻ തന്റെ ഓർമയിൽ നിന്നും എന്തോ ഓർത്തെടുക്കുവാൻ ശ്രമിച്ചു. കുറച്ചു ശ്രമിച്ചപ്പോൾ തന്നെ അതു തന്റെ ബോധമനസിൽ തെളിഞ്ഞു വരുകയും ചെയ്തു. അങ്ങനെയാണ് ഭാഷയുടെ നിഗൂഢതയുടെ പൂട്ട് തുറക്കപ്പെടുന്നത്. അതോടെ 'വാട്ടർ' എന്നു പറയുന്നത്, കുളിർമ പ്രദാനം ചെയ്യുന്ന എന്തോ ഒരു വസ്തുവാണെന്നും അതാണ് തന്റെ കൈക്കുടന്നനിൽ നിറഞ്ഞിരിക്കുന്നതെന്നും ഹെലന് മനസിലായി. ജീവൻ തുടിച്ചുനിൽക്കുന്ന ആ പദം ഹെലന്റെ ആത്മാവിനെ തട്ടിയുണർത്തി. ആ കുഞ്ഞു മനസിൽ പ്രകാശവും പ്രത്യാശയും ആനന്ദവും നിറഞ്ഞു തുളുമ്പി.

1882 ഏപ്രിൽ അഞ്ച്. അന്നാണ് ഹെലന് അക്ഷരപ്പൂട്ടുകൾ തുറന്നു കിട്ടുന്നത്. ആ മഹാസംഭവത്തെക്കുറിച്ച് ഹെലന്റെ വാക്കുകൾ: "തേൻ മണക്കുന്ന ചെടികളുടെ ഗന്ധം നുകർന്നുകൊണ്ട് കുളപ്പുരയിലേക്കുള്ള വഴിയിലൂടെ ഞങ്ങൾ നടന്നു. ആരോ അവിടെനിന്ന് വെള്ളം കോരിയെടുക്കുന്നുണ്ടായിരുന്നു. ടീച്ചർ എന്റെ കൈപിടിച്ച് ഒഴുകി വീഴുന്ന വെള്ളത്തിനടിയിൽ പിടിച്ചു. കുളിരുള്ള ആ ജലധാര ഒരു കൈയിലൂടെ ഒഴുകി ഇറങ്ങുമ്പോൾ എന്റെ മറ്റേ കൈ വെള്ളയിൽ 'വാട്ടർ' എന്ന വാക്ക്

എഴുതി. ആദ്യം സാവധാനത്തിലും പിന്നെ വേഗത്തിലും. ഞാൻ അന ങ്ങാതെ നിന്നു. എന്റെ മുഴുവൻ ശ്രദ്ധയും ടീച്ചറുടെ വിരലനക്കത്തിലാ യിരുന്നു. ബോധമനസിനെ മൂടിയിരുന്ന മഞ്ഞ് നീങ്ങി. ഓർമകളുടെ ഒരു ഒഴുക്കുതന്നെ എന്റെ മനസിൽ ഉണ്ടായി. ഭാഷയുടെ നിഗൂഢതകൾ എന്റെ മുന്നിൽ മറനീക്കി പുറത്തുവന്നു."

അന്നത്തെ ദിവസം ഉത്സാഹത്തിന്റേതായിരുന്നു. ഏകദേശം മുപ്പ തോളം വാക്കുകൾ അന്നു പഠിച്ചു. 'പമ്പ്', 'ടീച്ചർ' എന്നിവയെല്ലാം അന്നു പഠിച്ച വാക്കുകളാണ്. വീട്ടിലേക്കു മടങ്ങുംവഴി താനന്ന് സ്പർശിച്ച സകല വസ്തുക്കളുടേയും പേര് ചോദിച്ചു മനസിലാക്കി പഠിച്ചെടുത്തു. ടീച്ചറുടെ പേര് ആൻ ആണെന്ന് മനസിലാക്കിയത് ഹെലനെ ഏറെസ ന്തോഷിപ്പിച്ചു. അന്നു രാത്രി ഹെലൻ ഉറങ്ങിയത് ആനിനൊപ്പമായിരുന്നു. അതേക്കുറിച്ച് ആൻ പറഞ്ഞത്, "എന്റെ ഹൃദയം പൊട്ടിപ്പോകുമെന്ന് തോന്നി, അത്ര സന്തോഷമായിരുന്നു എനിക്ക്." ആൻ ബോസ്റ്റണിലെ തന്റെ ഒരു സുഹൃത്തിന് കത്തെഴുതി: "ഹെലനെ ഏറ്റവും അധികം ബുദ്ധിമുട്ടിച്ച വാക്കുകൾ 'മഗ്', 'മിൽക്ക്' എന്നിവയാണെന്ന് ഞാൻ മുമ്പേ എഴുതിയിരുന്നുവല്ലോ. ഈ നാമപദങ്ങളെ 'കുടിക്കുക' എന്ന ക്രിയാപ ദമായിട്ടാണ് അവൾ ആദ്യം മനസിലാക്കിയിരുന്നത്. കുടിക്കുക എന്ന തിന് പ്രത്യേകം തന്നെ ഒരു വാക്കുണ്ടെന്ന് അവൾ മനസിലാക്കിയിരു ന്നില്ല. 'മഗ്' എന്നോ 'മിൽക്ക്' എന്നോ എഴുതുമ്പോഴെല്ലാം അവൾ കുടി ക്കുക എന്ന ആംഗ്യമാണ് കാണിച്ചിരുന്നത്. അവൾക്ക് എന്തിന്റെയെ ങ്കിലും പേരറിയണമെന്നുണ്ടെങ്കിൽ അതിലേക്കു ചൂണ്ടിയിട്ട് എന്റെ കൈയിൽ തലോടും. ഞാൻ അവളുടെ കൈയിൽ water എന്നെഴുതി. അവൾക്ക് അത് മനസിലാക്കിയെടുക്കുവാൻ ബുദ്ധിമുട്ട് തോന്നി. ഞാൻ ആ കാര്യം വിട്ടു. പിന്നീടാണ് എന്റെ മനസിൽ ഒരു പുതിയ ആശയം ജനിക്കുന്നത്. ഈ പുതിയ വാക്കുകൊണ്ട് 'മിൽക്ക്-മഗ്' പ്രതിസന്ധി മറികടക്കാമെന്ന് തോന്നി. ഞാൻ ഹെലനേയുംകൊണ്ട് കിണറിനടു ത്തേക്ക് പോയി. അവളുടെ കൈയിലേക്ക് വെള്ളം ഒഴിച്ചുകൊടുത്തു. 'മഗ്' കൈയിൽ കൊടുത്തു. കൈയിൽ വെള്ളം ഒഴുകിവീഴുന്ന വേള യിൽ water എന്ന് എഴുതിക്കൊടുത്തു. കൈയിലൂടെ ഒഴുകിക്കൊണ്ടിരി ക്കുന്ന വെള്ളത്തിന്റെ കുളിർമയും മറുകൈയിലെ അക്ഷരങ്ങളും അവ ളുടെ മനസിൽ തറഞ്ഞു നിന്നു. മഗ് താഴെയിട്ട് അവൾ അസ്തപ്രജ്ഞ യായിനിന്നു. അവളുടെ മുഖത്ത് പുതിയ പ്രകാശം പരക്കുന്നത് ഞാൻ കണ്ടു."

കിണറ്റുകരയിൽ നിന്നും തിരികെപ്പോകുന്ന ഹെലന്റെ ഉള്ളിൽ ഒരു പുതിയ ഉത്സാഹം ജനിച്ചു. ഇനിയും ഇനിയും പുതിയ വാക്കുകൾ പഠി ക്കണം. ഓരോ വസ്തുവിനും ഓരോ പ്രത്യേക പേരുണ്ടെന്നും, ഒരോ പേരും പുതിയ ആശയത്തിനു ജീവൻ നൽകുന്നുണ്ടെന്നും ഹെലന് മന സിലായി. വീട്ടിലെത്തിയപ്പോൾ താൻ സ്പർശിക്കുന്ന സകല വസ്തു ക്കൾക്കും ചൈതന്യമുണ്ടെന്ന തോന്നൽ ഉളവായി. അൽപ്പം മുമ്പ് ഉട

ലെടുത്ത പുതിയ അനുഭവത്തിന്റെ, അറിവിന്റെ പശ്ചാത്തലത്തിലാണ് അത്തരത്തിൽ ഒരനുഭൂതി വിശേഷം സംജാതമായത്. തിരിച്ചു മുറിയിലേക്കു കടന്നുവന്നപ്പോൾ താൻ ദേഷ്യംപിടിച്ച് വലിച്ചെറിഞ്ഞ പാവക്കുട്ടിയെക്കുറിച്ച് ഓർമവന്നു. ചിന്നിച്ചിതറിപ്പോയ അതിന്റെ കഷണങ്ങളെല്ലാം തപ്പിപ്പെറുക്കിയെടുത്തു. എത്ര ശ്രമിച്ചിട്ടും എല്ലാം കൂട്ടിച്ചേർത്തു വയ്ക്കാൻ സാധിച്ചില്ല. അതിനെ പൂർവസ്ഥിതിയിൽ ആക്കാൻ കഴിയാത്തതിൽ കഠിനമായ ദു:ഖം തോന്നി. അവൾ കരയാൻ തുടങ്ങി. തന്റെ ആലോചനയില്ലാത്ത പ്രവൃത്തിയിൽ മനംനൊന്തു പശ്ചാത്തപിച്ചു. അതിനുശേഷവും അന്ന് കുറെ വാക്കുകൾ പഠിച്ചു. എല്ലാം ഓർമയിൽ തങ്ങിനിന്നില്ല. എങ്കിലും നിത്യ ജീവിതത്തിൽ ആവശ്യമുള്ള വാക്കുകൾ മനസിൽ പതിയുക തന്നെ ചെയ്തു. പിന്നീടങ്ങോട്ടുള്ള നാളുകൾ വിജ്ഞാനസമ്പാദനത്തിനു വേണ്ടിയുള്ളവ മാത്രമായിരുന്നു.

4
അറിവിന്റെ വിസ്മയശിഖരത്തിൽ

തുടർന്നങ്ങോട്ടുള്ള പുരോഗതി അവിശ്വസനീയമായിരുന്നു. മൂന്നാഴ്ചയ്ക്കകം ഹെലൻ നൂറിലധികം വാക്കുകൾ സ്വായത്തമാക്കി. ആൻ സളിവൻ പെർക്കിൻസിൽനിന്നും പഠിച്ച പാഠങ്ങളെല്ലാം തന്റെയും ഹെലന്റെയും പ്രകൃതങ്ങൾക്ക് അനുരൂപമായി പ്രയോഗിച്ചു. അതിൽ വിജയിക്കുകയും ചെയ്തു. അന്ധയും ബധിരയുമായ കുട്ടിക്ക് മൂന്ന് ഇന്ദ്രിയങ്ങൾ ത്വക്ക്, നാക്ക്, മൂക്ക് ഉപയോഗിച്ചാണ് പഠിക്കാൻ സാധിക്കുക എന്ന് ആൻ മനസിലാക്കി. അതുകൊണ്ടുതന്നെ പഠനം മിക്കവാറും വീടിനു പുറത്തുവച്ചായിരുന്നു നടന്നിരുന്നത്. ആൻ അതേക്കുറിച്ചു പറയുന്നു: "വാക്കുകൾ ആശയങ്ങളെ ദ്യോതിപ്പിക്കുന്നു എന്നത് എത്ര ആശ്ചര്യകരമായ വസ്തുതയാണ്! ഹെലൻ ഓരോ വാക്കുപഠിക്കുമ്പോഴും അതിനോടു ബന്ധപ്പെട്ട് കൂടുതൽ വാക്കുകൾ പഠിക്കേണ്ട ആവശ്യം ജനിച്ചു. നിരന്തരമായ ഈ പഠനമാകുന്ന പ്രക്രിയയിലൂടെ അവളുടെ മനസ്സ് വളർന്നുകൊണ്ടിരുന്നു."

കൈയിൽ ഏതൊരു സാധനം കിട്ടിയാലും അത് വിശദമായി പരിശോധിക്കുവാനും അവയുടെ പേരും അതിനോടു ബന്ധപ്പെട്ട കാര്യങ്ങൾ മനസിലാക്കാനും ശ്രമിച്ചു. കൂടുതൽ സാധനങ്ങൾ കൈകാര്യം ചെയ്യുന്തോറും അവയുടെ ഉപയോഗത്തെകുറിച്ച് കൂടുതൽ അറിയാനുള്ള ആഗ്രഹവും അവൾക്കൊപ്പം വളർന്നുവന്നു. ബാഹ്യലോകവുമായി ഇങ്ങനെ കൂടുതൽ കൂടുതൽ അടുത്തടുത്തു വന്നപ്പോൾ നിരാശാബോധത്തിനും വാശിക്കും ക്ഷോഭത്തിനും എല്ലാം കുറവുവന്നുതുടങ്ങി.

വസന്തകാലാരംഭത്തിലെ ഒരുദിവസം ആൻ സളിവൻ ഹെലനേയും കൂട്ടിക്കൊണ്ട് വീടിനു സമീപത്തുള്ള ഒരു വയലിലേക്ക് പോയി. അവിടെ കർഷകർ നിലമൊരുക്കിക്കൊണ്ടു നിൽക്കുകയായിരുന്നു.

ഉടനെതന്നെ അവർക്ക് അവിടെ വിത്തു വിതയ്ക്കണം. കുറച്ചുനേരം ആ രംഗം ശ്രദ്ധിച്ച് നിന്നു. പിന്നീടവർ അവിടെനിന്നും എഴുന്നേറ്റ് തൊട്ടടുത്തുള്ള നദിക്കരയിലെ പുൽമേട്ടിൽ പോയിരുന്നു. അവിടെ വച്ചാണ് പ്രകൃതിയുടെ ദയാവായ്പിനെ പറ്റിയും മാഹാത്മ്യത്തെ പറ്റിയും മനസിലാക്കാൻ തുടങ്ങിയത്. കാഴ്ചയും കേൾവിയും ഇല്ലാത്ത മറ്റാരിലും കണ്ടിട്ടില്ലാത്തത്ര മിടുക്കോടെയാണ് ഹെലൻ പുതിയ പുതിയ കാര്യങ്ങൾ പഠിച്ചെടുക്കാൻ ശ്രമിച്ചുകൊണ്ടിരുന്നത്. വൃക്ഷങ്ങളുടെയും സസ്യങ്ങളുടെയും സ്വാഭാവികമായുള്ള വളർച്ചയ്ക്ക് മഴ കൃത്യസമയത്ത് പെയ്തിറങ്ങണം എന്നും പല സസ്യങ്ങളും മനുഷ്യർ ഭക്ഷിക്കുന്നുണ്ട് എന്നും മറ്റുമുള്ള കാര്യങ്ങൾ സാവധാനത്തിൽ ആൻ ഹെലന് മനസിലാക്കിച്ചുകൊടുത്തു. പ്രകൃതിയിലെ വൃക്ഷലതാദികളും പക്ഷിമൃഗാദികളും കാഴ്ചയ്ക്ക് ഒന്നിനൊന്നു മെച്ചമാണെന്നും ഇവയെല്ലാം ഒന്നുചേരുന്ന പ്രകൃതി അതീവ സുന്ദരമാണെന്നുമുള്ള സത്യം ക്രമേണ ഹെലന്റെ ബോധമനസിൽ ഉറച്ചു. പക്ഷികൾ കൂടുകൂട്ടി പാർക്കുന്നതിനെ

ഹെലനും ആൻ സളിവനും

ക്കുറിച്ചും മുട്ടവിരിഞ്ഞ് പക്ഷിക്കുഞ്ഞുങ്ങൾ പുറത്തുവരുന്നതിനെക്കുറിച്ചും മനസിലായപ്പോൾ ഹെലന്റെ മനസിൽ കൗതുകം വർധിച്ചു വന്നു. ഹെലന്റെ അറിവിന്റെ ലോകം നിമിഷംപ്രതി വിപുലമായിക്കൊണ്ടിരുന്നു. സിംഹം, പുലി, മാൻ തുടങ്ങിയ കാട്ടുമൃഗങ്ങൾ എങ്ങനെയാണ് ഇര തേടുന്നത്? അവയുടെ എല്ലാം അന്തിമയക്കം എവിടെയാണ്? തുടങ്ങിയ ഹെലന്റെ സംശയങ്ങൾ വർധിച്ചുവന്നു. അതീവ താൽപ്പര്യത്തോടുകൂടിത്തന്നെ ആൻ സംശയ നിവൃത്തി വരുത്തിക്കൊടുത്തുകൊണ്ടിരുന്നു. പിന്നീടവളുടെ സംശയം ഭൂമിയെയും സൂര്യനെയും കുറിച്ചായി. പ്രകൃതിയെക്കുറിച്ചുള്ള വിസ്മയകരമായ അറിവ് ഹെലനിൽ പുതിയ പുതിയ പ്രതീക്ഷകൾ ജനിപ്പിച്ചു. വിടർന്നു വിലസി പരിമളം പൊഴിച്ചു നിൽക്കുന്ന പൂക്കളും, തേൻ ചുരത്തുന്ന കനികൾ നൽകുന്ന ചെടികളും ഓരോ പുൽക്കൊടിപോലും സ്പർശനത്തിലൂടെ അവളെ ആനന്ദിപ്പിച്ചു. കണക്കും ഭൂമിശാസ്ത്രവും എല്ലാം പഠിക്കാൻ തുടങ്ങുന്നതിനു മുമ്പുതന്നെ പ്രപഞ്ചരഹസ്യങ്ങളെക്കുറിച്ച് ചെറിയ തോതിലെങ്കിലും അവബോധം ജനിപ്പിക്കുവാൻ ആനിന് സാധിച്ചു. ഓരോ പുല്ലിലും പുഷ്പത്തിലും ആനന്ദം കണ്ടെത്താനുള്ള കഴിവ് ആനിന്റെ സഹായത്തോടെ ഹെലന് ലഭിച്ചു.

പ്രകൃതിയുടെ മുഖം സദാ സുന്ദരവും പ്രസന്നവും ആണെന്ന അവളുടെ ധാരണ തിരുത്തിക്കുറിക്കുവാൻ സഹായിക്കുന്ന ഒരനുഭവം ഒരിക്കൽ ഉണ്ടായി. ഒരു ദിവസം ഹെലൻ ടീച്ചറോടൊന്നിച്ചുള്ള നീണ്ട യാത്ര കഴിഞ്ഞ് തിരികെ വരുംവഴി ഒരു വൃക്ഷച്ചുവട്ടിൽ അൽപ്പസമയം വിശ്രമത്തിനായി നിന്നു. കുളിരുള്ള പ്രഭാതത്തോടെയാണ് അന്നത്തെ ദിവസം ആരംഭിച്ചതെങ്കിലും ക്രമേണ ചൂട് കൂടിക്കൂടി വന്നു. അന്തരീക്ഷം പെട്ടെന്ന് നിശ്ചലമായി. അപ്പോഴേക്കും അവർ വീടിനു സമീപത്തുള്ള ഒരു വൃക്ഷച്ചുവട്ടിൽ എത്തിയിരുന്നു. ആൻ ഹെലനെ ആ വൃക്ഷത്തിൽ കയറാൻ സഹായിച്ചു. താഴെ നിൽക്കുന്നതിനേക്കാൾ കുളിർമ ലഭിച്ചതുകൊണ്ട് ഹെലൻ സുഖമായി അവിടെയിരുന്നു. അവളുടെ സന്തോഷം കണ്ടപ്പോൾ താൻ വീട്ടിൽപ്പോയി ഭക്ഷണം എടുത്തുകൊണ്ടുവരാമെന്നും അവിടെയിരുന്ന് കഴിക്കാമെന്നും ടീച്ചർ അഭിപ്രായപ്പെട്ടു. ഹെലന് ആ നിർദേശം വളരെ സ്വീകാര്യമായിത്തോന്നി. "എന്നാൽ അങ്ങനെ ചെയ്യാം. ഞാൻ ടീച്ചർ വരുന്നതുവരെ ഇവിടെ ഇരുന്നോളാം. നല്ല രസമുണ്ട് ഈ ഇരുപ്പിന്." ഹെലൻ മറുപടി പറഞ്ഞു.

അന്തരീക്ഷം പെട്ടെന്നു മേഘാവൃതമായി. സൂര്യന്റെ ചൂട് കുറഞ്ഞു കുറഞ്ഞു വന്നു. ഒരു പ്രത്യേക ഗന്ധം ഹെലന്റെ മൂക്കിലേക്ക് അടിച്ചു കയറി. സാധാരണ ഇത്തരത്തിലുള്ള ഗന്ധം ഗംഭീരമായ മഴയ്ക്കും കൊടുങ്കാറ്റിനും ആരംഭമായാണ് ഉണ്ടാവാറുള്ളത്. പ്രകൃതിയുടെ അവിചാരിതമായ ഈ മാറ്റം ഹെലനെ ഭയചകിതയാക്കി. ടീച്ചറെ കാണുന്നില്ലല്ലോ. അവൾ വല്ലാതെ അസ്വസ്ഥയായി. ടീച്ചർ ഉടനെ തിരിച്ചെത്തിയെങ്കിലെന്ന് അവൾ ആത്മാർഥമായി ആഗ്രഹിച്ചു.

കാറ്റിന്റെ വേഗം കൂടിക്കൂടി വന്നു. വൃക്ഷം ആടിയുലഞ്ഞു. ഏതു നിമിഷവും താഴേക്കു വീണേക്കാം എന്ന ഭീതിയിൽ ഹെലൻ സർവശക്തിയുമെടുത്ത് ഒരു ശിഖരത്തിൽ അള്ളിപ്പിടിച്ചിരുന്നു. കാറ്റിന്റെ പ്രചണ്ഡതാണ്ഡവം അവളെ പരിഭ്രാന്തയാക്കി. അധികസമയം അങ്ങനെ ഇരിക്കേണ്ടി വന്നില്ല. ഭാഗ്യത്തിന് അപ്പോഴേക്കും ടീച്ചർ അവിടേക്ക് ഓടിക്കിതച്ചെത്തി. അവർ പാടുപെട്ട് ഹെലനെ ഒരുവിധത്തിൽ താഴേക്കിറക്കി. താൻ താഴെ എത്തി എന്ന വിചാരം അവളെ ആഹ്ലാദത്തിൽ ആറാടിച്ചു. ഈ സംഭവത്തോടെയാണ് സർവചരാചരങ്ങളെയും സംരക്ഷിക്കുന്ന, കുളിർമ നൽകുന്ന, ജലം സംഭാവന ചെയ്യുന്ന പ്രകൃതിക്ക് സംഹാരതാണ്ഡവമാടാൻ കഴിയുമെന്നും അതിന് വികൃതവും ബീഭത്സവുമായ മറ്റൊരു മുഖമുണ്ടെന്നും ഹെലന് മനസിലാക്കാൻ സാധിച്ചത്. കുളിർകാറ്റ് നിമിഷനേരംകൊണ്ട് ചണ്ഡമാരുതനായത് അവളെ വാസ്തവത്തിൽ ഞെട്ടിക്കുക തന്നെ ചെയ്തു. കുറേ നാളുകൾക്കു ശേഷം ഹെലൻ വീണ്ടും ടീച്ചറുടെ സഹായത്തോടെ ഒരു വൃക്ഷത്തിൽ തപ്പിപ്പിടിച്ചു കയറി. വൃക്ഷത്തിൽനിന്നും ഉതിർന്നിരുന്ന പൂക്കളുടെ സുഗന്ധം അവളുടെ നാസാരന്ധ്രങ്ങളെ മത്തുപിടിപ്പിച്ചിരുന്നു. അതാണ് രണ്ടാമതൊന്നാലോചിക്കാതെ വീണ്ടും സാഹസത്തിനു മുതിരാൻ കാരണം. പൂക്കളുടെ വാസന അനുഭവപ്പെട്ടപ്പോൾ, ഇതിനെക്കാൾ മനോഹരമായി മറ്റൊരു വൃക്ഷവും ഉണ്ടാവില്ല എന്നാണ് അവൾക്കു തോന്നിയത്. ആഞ്ഞു വലിഞ്ഞ് അവൾ മുകളിലേക്കു കയറി. വല്ലാത്ത ആവേശമായിരുന്നു അവൾക്ക് മരത്തിൽ കയറിക്കൂടാൻ. അസാധാരണവും അത്ഭുതകരവും ആയ എന്തോ ഒരു പ്രവൃത്തിചെയ്യുന്ന ആഹ്ലാദത്തിൽ കൂടുതൽ കൂടുതൽ ഉയരത്തിലേക്കു കയറി. ഇരിക്കാൻ പാകത്തിന് ഒരു ശിഖരം സ്വയം കണ്ടുപിടിച്ചു. മഞ്ഞപ്പൂക്കൾ വിരിഞ്ഞ് പരിമളം പൊഴിച്ചു നിൽക്കുന്ന വൃക്ഷക്കൊമ്പിൽ രാജകുമാരിയുടെ പ്രൗഢിയോടെ ഇരിപ്പുറപ്പിച്ചിരുന്ന ഹെലൻ ഒരു വനദേവതയെപ്പോലെ പരിലസിച്ചു. അവൾ മണിക്കൂറുകളോളം ആ വൃക്ഷക്കൊമ്പിൽ ചാരിക്കിടന്ന് ദിവാസ്വപ്നത്തിൽ മുഴുകി.

5

സ്നേഹത്തിന്റെ സംസ്കാരം

മനസിന്റെ സംസ്കാരം രൂപീകൃതമാകുന്ന ഒരു കാലഘട്ടമായിരുന്നു പിന്നത്തേത്. ആത്മാവിന്റെ ഉയിർത്തെഴുന്നേൽപ്പ് എന്ന് ആ കാലഘട്ടത്തെ വിശേഷിപ്പിക്കാം. കാര്യങ്ങൾ എങ്ങനെ ഗ്രഹിക്കും എന്നു മനസിലായപ്പോൾ, അല്ലെങ്കിൽ, അതിന്റെ സാങ്കേതികത കൈപ്പിടിയിൽ ഒതുങ്ങിയപ്പോൾ, അത് പരമാവധി ഉപയോഗപ്പെടുത്തണം എന്ന ചിന്തയായി. ചുറ്റുമുള്ള ശബ്ദങ്ങൾ കേട്ട് അനുകരിക്കുവാൻ സാധാരണ കുട്ടികൾക്ക് നിഷ്പ്രയാസം സാധിക്കും. എന്നാൽ കേൾവിശക്തി ഇല്ലാത്തവർക്ക് ഇത് അപ്രാപ്യം തന്നെയാണ്. കേൾവിശക്തി കുറവുള്ളവർക്ക് ബുദ്ധിമുട്ടു കൂടാതെ വാക്കുകൾ മനസിലാക്കുക പ്രയാസകരമാണ്. മിക്കവരിലും അതു വളരെ താമസിച്ചു മാത്രമേ സാധ്യമാകാറുള്ളൂ. അതിന് അവലംബിക്കുന്ന മാർഗം എന്തുതന്നെ ആയാലും ശരി; ഫലം തികച്ചും അത്ഭുതാവഹമായിരിക്കും.

ഏതെങ്കിലും ഒരു പുതിയ വസ്തുവിനെക്കുറിച്ച് സളിവൻ പരിചയപ്പെടുത്തുമ്പോൾ, ഹെലന്റെ സംശയങ്ങൾ വളരെ പരിമിതങ്ങളായിരുന്നു. വളരെക്കുറച്ച് ആശയങ്ങളും വാക്കുകളും മാത്രമല്ലേ ആ കുഞ്ഞു മനസിൽ ഉണ്ടായിരുന്നുള്ളൂ! എന്നാൽ ഹെലന്റെ അറിവിന്റെ ചക്രവാളം ദിനം പ്രതിയെന്നോണം വികസിച്ചുകൊണ്ടിരുന്നു. അതോടെ വാക്കുകളുടെ എണ്ണവും വർധിച്ചു. സംശയ നിവാരണത്തിന് ഉപയോഗിക്കാവുന്ന വാക്കുകളുടെ എണ്ണം കൂടുതൽ കൂടുതൽ മനസിലായതോടെ ഓരോ വിഷയവും അന്വേഷിച്ച് അറിയാനുള്ള ത്വരയും വർധിച്ചു. അപ്പോഴാണ് ഒരു കാര്യത്തിന്റെ തന്നെ വിവിധങ്ങളായ വശങ്ങളെക്കുറിച്ച് അന്വേഷിച്ചറിയുവാൻ ഹെലന് തോന്നിയത്.

പുതിയതായി ഓരോ വാക്കിനെക്കുറിച്ചും മനസിലാക്കുമ്പോൾ അതുമായി ബന്ധപ്പെട്ട് മുമ്പ് പഠിച്ച കാര്യങ്ങളെക്കുറിച്ച് ഓർക്കും. 'സ്നേഹം'

എന്ന വാക്ക് പരിചയിച്ച കാര്യം ഹെലൻ ഇടയ്ക്കൊക്കെ ഓർക്കും. പല പുതിയ വാക്കുകളും പരിചയപ്പെടുന്നതിനു മുമ്പായിരുന്നു 'സ്നേഹം' എന്ന അമൂർത്തമായ ആശയത്തെക്കുറിച്ച് ആദ്യമായി അധ്യാപിക പഠിപ്പിക്കുന്നത്. തോട്ടത്തിൽ പുതിയ പൂക്കൾ വിരിഞ്ഞപ്പോൾ അവയെല്ലാം ഇറുത്തെടുത്ത് ടീച്ചർക്കു സമ്മാനിച്ചു. അവർക്ക് വല്ലാത്ത സന്തോഷവും ഒപ്പം സങ്കടവും വന്നു. ഹെലനെ കെട്ടിപ്പിടിച്ച് ചുംബിച്ചു. അതിനുമുമ്പ് തന്നെ ആലിംഗനം ചെയ്ത് ചുംബിക്കുവാൻ അമ്മയെ മാത്രമേ ഹെലൻ അനുവദിച്ചിരുന്നുള്ളൂ. മറ്റാരും അങ്ങനെ ചെയ്യുന്നത് അവൾ ഒട്ടും ഇഷ്ടപ്പെട്ടിരുന്നില്ല. അതു മനസിലാക്കിയ ടീച്ചർ അവളുടെ കൈവെള്ളയിൽ എഴുതി: "ഞാൻ ഈ ലോകത്തിൽ മറ്റെന്തിനെക്കാളും ഹെലനെ സ്നേഹിക്കുന്നു."

"സ്നേഹമോ? എന്താണ് സ്നേഹമെന്നു വച്ചാൽ?"

ഹെലൻ താൽപ്പര്യത്തോടെ ചോദിച്ചു.

ടീച്ചർ ഹെലനെ തന്റെ ചാരത്ത് അണച്ചുപിടിച്ചു. ഹൃദയം തൊട്ടുകൊണ്ടു പറഞ്ഞു.

"ഇവിടെയുള്ള ഒന്നാണ് സ്നേഹം!"

അന്നാദ്യമായാണ് ഹെലൻ ഹൃദയമിടിപ്പിനെക്കുറിച്ച് ബോധവതിയാകുന്നത്. ടീച്ചറുടെ വാക്കുകൾ അവളെ വല്ലാത്ത ആശയക്കുഴപ്പത്തിലാക്കി. സ്പർശിച്ച് മനസിലാക്കാൻ സാധിക്കാത്ത ഒന്നിനെക്കുറിച്ചും മനസിലാക്കാൻ ഹെലന് സാധിക്കുമായിരുന്നില്ലല്ലോ അന്ന്. ടീച്ചർക്ക് നേരത്തെ സമ്മാനിച്ച പൂക്കൾ മണത്തുകൊണ്ട് അവൾ ചോദിച്ചു. "പൂക്കളുടെ സൗകുമാര്യമാണോ സ്നേഹം എന്നു പറയുന്നത്?"

"അല്ല!"

വീണ്ടും കുറച്ചുനേരം കൂടി ആലോചിച്ചു. ആകാശത്ത് സൂര്യൻ ജ്വലിച്ചു നിന്നിരുന്നു.

തനിക്ക് ചൂട് അനുഭവപ്പെട്ട ഭാഗത്തേക്ക് കൈ ചൂണ്ടിക്കാണിച്ചുകൊണ്ട് അവൾ ടീച്ചറുടെ കൈയിൽ എഴുതി: "ഇതല്ലേ, സ്നേഹം?"

ഹെലൻ കരുതിയിരുന്നത് ലോകത്തിൽ സൂര്യനോളം സുന്ദരമായ മറ്റൊരു വസ്തുവും ഇല്ല എന്നാണ്. കാരണം അതിന്റെ ചൂടാണല്ലോ ലോകത്തിലെ സകല ചരാചരങ്ങളുടെയും വളർച്ചയ്ക്കു കാരണമായിരിക്കുന്നത്. ടീച്ചർ സമ്മതിച്ചില്ല. ഹെലനെ അത് കൂടുതൽ അസ്വസ്ഥയാക്കി. സ്നേഹം എന്താണെന്ന് അവളെ അത്ഭുതപ്പെടുത്തി. എന്തുകൊണ്ടാണ് ടീച്ചർക്ക് വിശദീകരിക്കുവാൻ സാധിക്കാത്തത്?

സ്നേഹം എന്നു പറയുന്നത് എന്താണെന്നു മനസിലാക്കാനുള്ള വഴികൾ ആലോചിച്ച് ഹെലൻ മണിക്കൂറുകൾ ചെലവഴിച്ചു. രണ്ടുദിവസത്തിനുശേഷം ഹെലൻ കുറെ മുത്തുകൾ കൊരുത്തുകൊണ്ടിരിക്കുകയായിരുന്നു. പല വലുപ്പത്തിലുള്ള മുത്തുകളായിരുന്നു അവ. രണ്ടു വലുത് ഒരു ചെറുത് എന്ന രീതിയിൽ കൊരുത്തുകൊണ്ടിരുന്നു. പല തെറ്റുകളും കടന്നുകൂടി. ഓരോ തെറ്റും ടീച്ചർ തിരുത്തിക്കൊണ്ടിരുന്നു. കുറെ

ഹെലൻ കെലറും ആൻ സളിവനും ചെസ് കളിക്കുന്നു

കഴിഞ്ഞപ്പോൾ ഒരു തെറ്റ് സ്വയം തിരുത്തുവാൻ സാധിച്ചു. ടീച്ചർ നെറ്റിയിൽ സ്പർശിച്ചുകൊണ്ട് 'തിങ്ക്' എന്ന വാക്കിലെ അക്ഷരങ്ങൾ എഴുതി. സാധനസാമഗ്രികൾക്കുമാത്രമല്ല, അമൂർത്തമായ ആശയങ്ങളും വാക്കുകൊണ്ട് സൂചിപ്പിക്കുവാൻ സാധിക്കും എന്ന് അപ്പോഴാണ് മനസിലായത്. പിന്നെ കുറെക്കാലത്തേയ്ക്ക് മുത്തുകൾക്കു ഹെലന്റെ ജീവിതത്തിൽ സ്ഥാനമില്ലാതായി. 'Love' എന്ന വാക്കിന്റെ ആശയം കണ്ടുപിടിക്കുന്നതിലായി പിന്നത്തെ ശ്രദ്ധ മുഴുവൻ. ആ വൈകുന്നേരം പെട്ടെന്ന് മഴക്കാറുവന്ന് സൂര്യനെ മറച്ചുകളഞ്ഞു. മഴ ചാറി. എന്നാൽ വളരെ വേഗം പൂർവാധികം ശോഭയോടെ സൂര്യൻ പ്രത്യക്ഷപ്പെട്ടു. "ഇതാണോ, ടീച്ചർ സ്നേഹം?" ഹെലൻ സംശയം ആവർത്തിച്ചു.

"നിനക്ക് മേഘശകലങ്ങളെ തൊടാൻ സാധിക്കുകയില്ലല്ലോ? എന്നാൽ മഴയെ തൊട്ടറിയാൻ കഴിയും. ചൂടുള്ള ദിവസങ്ങൾക്കു ശേഷം ഒരു മഴ പെയ്യുമ്പോൾ പൂക്കൾ ചിരിക്കും. ഭൂമിക്ക് ആനന്ദം ഉണ്ടാകും എന്നത് നിനക്കറിയുകയില്ലേ? അതുപോലെയാണ് സ്നേഹവും! അങ്ങനെ നിനക്ക് തൊട്ടറിയുവാൻ കഴിയുകയില്ല. എന്നാൽ സ്നേഹം എന്ന പ്രതിഭാസം ഓരോരുത്തരിലും ചൊരിയുന്ന പ്രഭാപൂരം എത്രയെന്ന് നിനക്ക് മനസിലായിട്ടുണ്ട്. സ്നേഹമില്ലാത്തിടത്ത് ആഹ്ലാദം ഉണ്ടാവുകയില്ല. യാതൊരു രസവും ഉണ്ടാവില്ല. അമ്മയുടെയും ടീച്ചറുടെയും സാന്നിധ്യം ആഗ്രഹിക്കുകയില്ല. സ്നേഹം ഉള്ളതുകൊണ്ടു മാത്രമാണ് അമ്മയും ടീച്ചറും സ്പർശിക്കുമ്പോൾ സന്തോഷം അനുഭവപ്പെടുന്നത്."

ഇതിലൂടെ സ്നേഹം എന്ന ഭാവത്തെക്കുറിച്ച് ഹെലന് മനസിലായി. ഹെലന്റെ ഹൃദയത്തിൽ ഒരു പുതിയ വെളിച്ചം കയറിക്കൂടി.

ആൻ സളിവൻ ഒരിക്കലും ഹെലൻ ഒരു വൈകല്യങ്ങളുള്ള കുട്ടിയാണെന്ന ചിന്തയോടുകൂടിയല്ല അവളോട് ഇടപെട്ടിരുന്നത്. കേൾവിക്ക് തകരാറൊന്നുമില്ലാത്ത കുട്ടിയോട് സംസാരിക്കുന്ന ലാഘവത്തോടെയാണ് സംസാരിച്ചിരുന്നത്. നാവും ചുണ്ടും ഉപയോഗിച്ചല്ല വിരലുകൾ ഉപയോഗിച്ചാണ് സംസാരിച്ചിരുന്നത് എന്നതാണ് ഏക വ്യത്യാസം. അക്ഷരങ്ങൾ കൈയിൽ എഴുതിപ്പഠിപ്പിക്കുന്ന രീതിതന്നെയാണ് എപ്പോഴും അവലംബിച്ചിരുന്നത്. ആശയങ്ങൾ ശരിയായ രീതിയിൽ പ്രകടിപ്പിക്കുവാൻ പലപ്പോഴും ഹെലന് സാധിച്ചിരുന്നില്ല. അപ്പോഴെല്ലാം ടീച്ചർ പ്രിയശിഷ്യയെ സഹായിക്കും. അങ്ങനെ ലഭിക്കുന്ന നിസ്സാരമായ അറിവുകൾപോലും ഹൃദയത്തിന്റെ അഗാധതയിൽ പതിയുകയും ചെയ്യും. കേൾവിശക്തി നിശ്ശേഷം നഷ്ടപ്പെട്ട ഒരു കുട്ടിയെ സംബന്ധിച്ചിടത്തോളം മാസങ്ങളും ചിലപ്പോൾ വർഷങ്ങൾ തന്നെയും വേണ്ടിവരും, ഒരു കുടുംബത്തിൽ ഉപയോഗിക്കേണ്ട ആശയങ്ങൾ മുഴുവൻ ഉൾക്കൊള്ളുവാൻ. കേൾവിശക്തി അൽപ്പമെങ്കിലും ഉള്ള കുട്ടികൾക്ക്, പല പ്രാവശ്യം പറയുമ്പോഴോ, അനുകരിക്കുമ്പോഴോ ഭാഷ കൈകാര്യം ചെയ്യാൻ സാധിക്കും. മറ്റുള്ളവരുടെ സംസാരം അവർക്ക് കുറച്ചെങ്കിലും കേൾക്കാൻ സാധിക്കുന്നു. അത് മനസിനെ ഉത്തേജിപ്പിക്കുകയും മനസിലുള്ള ആശയങ്ങൾ പ്രകടിപ്പിക്കാൻ അവർക്ക് സഹായകമായി തീരുകയും ചെയ്യുന്നു. നിത്യജീവതത്തിൽ, സാധാരണ ഗതിയിൽ നടക്കുന്ന കൊടുക്കൽ വാങ്ങലുകൾ ബധിരത ബാധിച്ച കുട്ടികളെ സംബന്ധിച്ചിടത്തോളം വളരെ പ്രയാസമേറിയതാണ്. ഈ വിഷമാവസ്ഥ മറ്റാരെക്കാളും നന്നായി മനസിലാക്കിയ വ്യക്തിയായിരുന്നു ആൻ സളിവൻ. അതുകൊണ്ടു തന്നെ ഹെലന്റെ ഏതാവശ്യവും ടീച്ചർ മനസിലാക്കി സാധിച്ചു കൊടുത്തു പോന്നു. ദൈനംദിന ജീവിതത്തിൽ പ്രയോഗിക്കേണ്ട ആശയങ്ങൾ എങ്ങനെ മനസിൽ ഓർത്തു വയ്ക്കണമെന്ന് ടീച്ചർ പലപ്രാവശ്യം ആവർത്തിച്ചു കൊടുത്തുകൊണ്ടേയിരുന്നു. എന്നിട്ടും ഹെലന് ആത്മവിശ്വാസം, അതിന്റെ ശരിയായ അർഥത്തിൽ കൈവന്നില്ല. ഏതെങ്കിലും ഒരു വിഷയത്തെക്കുറിച്ച് സംസാരിക്കാനുള്ള ധൈര്യം ലഭിച്ചത്, പിന്നെയും കുറെ നാളുകൾക്കു ശേഷമാണ്.

കാതിനോ കണ്ണിനോ വൈകല്യത്തോടെ ജീവിക്കുന്നവർക്ക് അനായാസമായി സംസാരിക്കുവാൻ വളരെ ബുദ്ധിമുട്ട് അനുഭവിക്കേണ്ടി വരുന്നു. അപ്പോൾ പിന്നെ ഈ രണ്ട് അവയവങ്ങളും പ്രവർത്തനരഹിതമായവരുടെ അവസ്ഥയെക്കുറിച്ച് പറയേണ്ടതുണ്ടോ? വാക്കുകൾ പ്രയോഗിക്കുമ്പോൾ ശബ്ദത്തിൽ വരുന്ന വ്യതിയാനങ്ങളെക്കുറിച്ച് മനസിലാക്കാനോ, സംസാരിക്കുന്ന ആളുടെ മുഖഭാവത്ത് മിന്നിമറയുന്ന ഭാവങ്ങൾ മനസിലാക്കാനോ ഉള്ള കഴിവ് ഇത്തരക്കാർക്ക് ഇല്ലല്ലോ. വാക്കുകളേക്കാൾ ശക്തമായി ചില ഭാവങ്ങൾ പ്രകടിപ്പിക്കുവാൻ ഒരു നോട്ടത്തിനോ മുഖത്തിന്റെ ഒരു ചുളിവിനോ സാധിക്കും!

6

വാക്കുകളുടെ വസന്തകാലം

ഹെലന്റെ വിദ്യാഭ്യാസജീവിതത്തിലെ അടുത്ത പടി, അഥവാ നിർണായകമായ കാലഘട്ടം വായിക്കുവാൻ പഠിക്കുക എന്നതായിരുന്നു. വാക്കുകളുടെ സ്പെല്ലിങ് പറയാൻ തുടങ്ങുമ്പോൾ, അധ്യാപിക നീളത്തിൽ മുറിച്ച കാർഡ്ബോർഡുകൾ കൈയിൽ കൊടുക്കും. ഈ കാർഡ് ബോർഡുകളിൽ സ്വൽപ്പം ഉയർന്നു നിൽക്കുന്ന ബ്രയിലി മാതൃകയിലുള്ള വാക്കുകൾ രേഖപ്പെടുത്തിയിരിക്കും. ഇത്തരം വാക്കുകൾ ഏതെങ്കിലും ഒരു വസ്തുവിനോ അല്ലെങ്കിൽ പ്രവൃത്തിക്കോ അതുമല്ലെങ്കിൽ ഏതെങ്കിലും ഗുണവിശേഷത്തിനോ പകരം നിൽക്കുന്നവയായിരിക്കും. വാക്കുകൾ ക്രമീകരിച്ച് ചെറുവാക്യങ്ങൾ നിർമിക്കുവാൻ സാധിക്കുന്ന ഒരു ചട്ടക്കൂടും തയാറാക്കി വച്ചിരുന്നു. ഹെലൻ അങ്ങനെ കൊച്ചുകൊച്ചു വാക്യങ്ങൾ തയാറാക്കുമ്പോൾ ആ വാക്കുകൾ പ്രതിനിധാനം ചെയ്യുന്ന വസ്തുക്കൾ അഥവാ കാര്യങ്ങൾ തയാറാക്കി വയ്ക്കുമായിരുന്നു. 'Doll' 'is' 'in' 'bed' എന്ന് എഴുതിയ കാർഡ്ബോർഡ് എടുത്ത് അതിലെ ഓരോ വാക്കും അതിനു യോജിച്ച വസ്തുവിൽ വയ്ക്കും. അതിനുശേഷം പാവയെ എടുത്ത് കിടക്കയിൽ കിടത്തും. പിന്നെ ക്രമീകരിച്ച വാക്കുകൾ പാവയുടെ അടുത്ത് നിരത്തും. ഇത്തരത്തിൽ വാക്യം ഉൾക്കൊള്ളുന്ന ആശയങ്ങളെ യഥാർഥ വസ്തുക്കളുമായി ബന്ധിപ്പിച്ച് പഠനം ആരംഭിച്ചു.

അധ്യാപികയ്ക്കും ശിഷ്യക്കും പഠനം തീർത്തും ഗൗരവകരമായ ഒരു സംഗതി മാത്രമല്ലായിരുന്നു. അവർ ഇരുവരും അത് രസകരമാക്കിത്തീർക്കാൻ പരിശ്രമിച്ചു. ഒരിക്കൽ ഹെലൻ തന്റെ ഉടുപ്പിൽ 'girl' എന്ന് മൊട്ടു സൂചികൊണ്ട് കുത്തിപ്പിടിപ്പിച്ചു. അതിനുശേഷം ചുവരലമാരയുടെ തട്ടിൽ 'is' 'in' 'cupboard' എന്നീ വാക്കുകളും എഴുതി പതിച്ചു.

ഹെലന് അക്കാലത്ത് ഉണ്ടായിരുന്ന നേരം പോക്കുകളിൽ ഏറ്റവും ഇഷ്ട പ്പെട്ടത് ഇത്തരത്തിലുള്ള കളികളായിരുന്നു. ആനും ഹെലനും കൂടി മണിക്കൂറുകളോളം ഇത്തരത്തിലുള്ള കളികളിൽ ഏർപ്പെട്ടിരുന്നു. മുറി യിലുള്ള ഒട്ടുമിക്ക വസ്തുക്കളും ഇത്തരത്തിൽ ക്രമീകരിച്ച് വാകൃങ്ങൾ നിർമിച്ചു പോന്നു.

പുതിയ പുതിയ കാര്യങ്ങൾ പഠിച്ചുകൊണ്ടിരിക്കേ തന്നെ കാർഡ് ബോർഡുകളിൽ നിന്നും അച്ചടിച്ച പുസ്തകത്തിലേക്കു മാറി. കൊച്ചു കൊച്ചു പുസ്തകങ്ങൾ തെരഞ്ഞെടുത്ത് അതിൽ തനിക്കു പരിചയമുള്ള വാക്കുകൾ കണ്ടുപിടിക്കാനുള്ള ശ്രമത്തിൽ ശ്രദ്ധകേന്ദ്രീകരിച്ചു. അതും ആസ്വദിച്ച് കളിച്ച ഒരു കളിയായിരുന്നു. അങ്ങനെ ഏറെ വൈകാതെ തന്നെ ആൻ സളിവൻ ഹെലൻ കെലറെ വായിക്കുവാൻ പഠിപ്പിച്ചെടുത്തു.

ജീവിതം അങ്ങനെ തുടർന്നു പോയി. കുറേക്കാലത്തേക്ക് ചിട്ടയായ പഠനങ്ങൾ ഒന്നും തന്നെ നടന്നില്ല. എന്നാലും ഓരോ നിമിഷവും പഠനം തുടർന്നു. ഹെലന് പഠനം എന്നും ഏറ്റവും താൽപ്പര്യമുള്ള വിഷയമാ യിരുന്നു. അതൊരു ജോലിയായോ, നിശ്ചിത സമയത്തിനുള്ളിൽ ചെയ്തു തീർക്കേണ്ട പ്രവൃത്തിയായോ ഒരിക്കലും തോന്നിയിട്ടില്ല. ആൻ സളി വൻ എന്തു പഠിപ്പിക്കുമ്പോഴും അതിന് അകമ്പടിയായി ഒരു കഥയോ കവിതയോ കൂടി ഉണ്ടായിരിക്കും. ഓരോ പുതിയ അറിവും ഹെലനിൽ കൗതുകം ജനിപ്പിച്ചു. പഠനം ഹെലൻ എത്രമാത്രം ആസ്വദിച്ചിരുന്നുവോ, അത്രമാത്രം ആസ്വാദ്യമായിരുന്നു ടീച്ചർക്കും ആ പ്രക്രിയ. ഹെലന്റെ അനന്യ സാധാരണമായ ഓർമശക്തിയായിരുന്നു പഠനം ഇത്രമാത്രം പുരോഗതി കൈവരിക്കുവാൻ പ്രാപ്തമാക്കിയത്.

ഹെലന്റെ സുഖസൗകര്യങ്ങളും ആഗ്രഹങ്ങളും എന്തെല്ലാമാ ണെന്നു മനസിലാക്കാനുള്ള ആനിന്റെ കഴിവ് അത്ഭുതാവഹമായിരുന്നു. അന്ധരും ബധിരരുമായ കുട്ടികളോടൊത്തുള്ള സഹകരണത്തിന്റെയും സഹവർത്തിത്വത്തിന്റെയും ഫലമായി ലഭിച്ചതായിരിക്കാം അന്യാദൃശ മായ ഈ കഴിവ്. ഏതു കാര്യവും വസ്തുനിഷ്ഠമായി പറഞ്ഞുകൊടു ക്കുവാനും വിരസമായ വിഷയത്തെപ്പോലും സരസമായി വർണിക്കു വാനും ഹെലനു സാധിച്ചു. ശാസ്ത്രവിഷയങ്ങൾപോലെ വിരസമായ കാര്യങ്ങൾ വിരസമായതുകൊണ്ട് വളരെ കുറച്ചുമാത്രമേ പഠിപ്പിച്ചിരു ന്നുള്ളൂ. മുമ്പു പഠിച്ച കാര്യങ്ങൾ ഓർമിപ്പിച്ച് ശല്യം ചെയ്യാനോ ദുർഗ്ര ഹമായ വിഷയങ്ങൾ നിർബന്ധിച്ചു പഠിപ്പിക്കുവാനോ ഒന്നും ആൻ ശ്രമി ച്ചില്ല. ഓരോ വിഷയവും എളുപ്പത്തിൽ മനസിലാകുന്ന രീതിയിൽ പഠി പ്പിച്ചിരുന്നതുകൊണ്ട് ഒരിക്കൽ പഠിപ്പിച്ച കാര്യങ്ങൾ ഓർത്തെടുക്കുവാൻ ഹെലന് യാതൊരു ബുദ്ധിമുട്ടും അനുഭവപ്പെട്ടില്ല.

അറിവിന്റെ ചക്രവാളം വികസ്വരമാകുന്നതിനനുസരിച്ച് അധ്യാപി കയും ശിഷ്യയും തമ്മിലുള്ള ഹൃദയബന്ധവും വളർന്നുവന്നു. അമ്മ യോട് കാണിച്ചിരുന്ന സകല കുസൃതികളും അധ്യാപികയോടും ഹെലൻ കാണിച്ചു പോന്നു. താക്കോലിന്റെ ഉപയോഗം മനസിലാക്കിയ അവസ

രത്തിൽ അമ്മയെ മുറിയിലിട്ടു പൂട്ടിയ കാര്യം പറഞ്ഞിരുന്നുവല്ലോ. ഇതേ അനുഭവം അധ്യാപികയ്ക്കും അഭിമുഖീകരിക്കേണ്ടതായി വന്നിരുന്നു. എങ്ങനെയാണ് ടീച്ചറെ മുറിയിലിട്ടു പൂട്ടുക എന്നതിനെക്കുറിച്ച് ആലോചിച്ചു നടക്കുകയായിരുന്നു ഹെലൻ. ആ അവസരത്തിലാണ് അമ്മ ഹെലനെ വിളിച്ച് ടീച്ചർക്കു കൊടുക്കുവാനായി എന്തോ ഒരു സാധനം കൊടുത്തേൽപ്പിച്ചത്. അത് ടീച്ചറെ ഏൽപ്പിച്ചതും മുറി പൂട്ടി പുറത്തിറങ്ങിയതും ക്ഷണനേരംകൊണ്ട് കഴിഞ്ഞു. താക്കോലും ഒളിപ്പിച്ചു വച്ചു. ടീച്ചർ അകത്തുനിന്നു ബഹളം വച്ചപ്പോഴാണ് അമ്മയും മറ്റുള്ളവരും വിവരം അറിഞ്ഞത്. വീട്ടിലുള്ളവരെല്ലാം കിണഞ്ഞു ശ്രമിച്ചിട്ടും താക്കോലിരിക്കുന്ന സ്ഥാനം കണ്ടുപിടിക്കുവാൻ കഴിഞ്ഞില്ല. അച്ഛൻ ഓടിപ്പോയി ഒരു ഗോവണി എടുത്തുകൊണ്ടുവന്ന് മച്ച് പൊളിച്ച് ടീച്ചറെ പുറത്തെത്തിച്ചു. പിന്നീട് എത്രയോ മാസങ്ങൾക്കു ശേഷമാണ് ആ താക്കോൽ കണ്ടുകിട്ടിയത്. ടീച്ചറും മറ്റുസകലരും പരിഭ്രമിച്ചോടുന്നതും ടീച്ചറെ കഷ്ടപ്പെട്ട് പുറത്തിറക്കിയതുമൊന്നും ഹെലനെ സംബന്ധിച്ചിടത്തോളം ഒരു സംഭവമേ ആയിരുന്നില്ല.

ബ്രെയിലി ലിപി സ്വായത്തമാക്കിയതോടെ വായന എളുപ്പമായെങ്കിലും വായനയും പഠനവും എല്ലാം വീടിനു പുറത്തുവച്ചായിരുന്നു; ഏറ്റവും ഭംഗിയായി നടന്നിരുന്നത്. വീട്ടിലെ വായനാമുറിയേക്കാൾ ഹെലനിഷ്ടം കുളിർമയുള്ള വൃക്ഷച്ചുവടുകളായിരുന്നു. സൂര്യപ്രകാശം തൊട്ടറിയുന്നത് ഹെലന് ഏറ്റവും ആഹ്ളാദദായകമായിരുന്നു. പൂത്തുലഞ്ഞു നിൽക്കുന്ന വൃക്ഷത്തിന്റ ചുവട്ടിലിരിക്കുമ്പോൾ ലോകത്തിലുള്ള ഓരോ വസ്തുവും മനുഷ്യന് പ്രയോജനപ്രദമാണെന്നും അവയ്ക്ക് നമ്മെ എന്തെങ്കിലുമൊക്കെ പഠിപ്പിക്കുവാൻ കാണുമെന്നും മനസിലാക്കാൻ സാധിച്ചു.

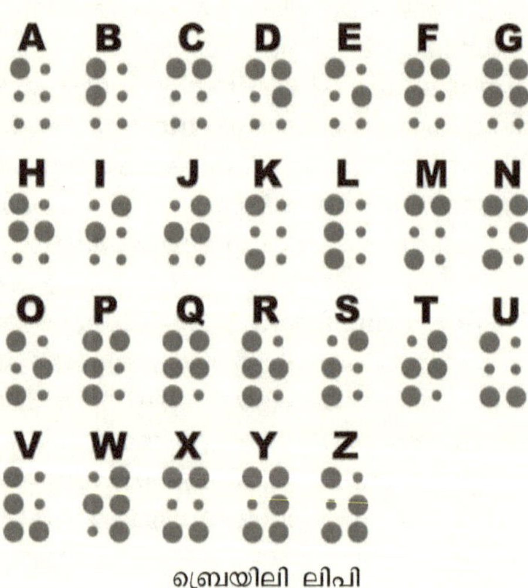

ബ്രെയിലി ലിപി

പക്ഷികൾ, പൂക്കൾ, തേനീച്ച, ചെടികൾ, വള്ളികൾ എന്നിവയെല്ലാം ഹെലന്റെ ജീവിതത്തിലെ സജീവ സാന്നിധ്യമായിരുന്നു. അവയെല്ലാം വിദ്യാഭ്യാസം സുഗമമാക്കുന്നതിൽ വളരെയധികം പങ്കുവഹിച്ചിട്ടുമുണ്ട്. ചിലപ്പോൾ ടീച്ചർ, ശബ്ദംകൊണ്ട് തന്റെ സാന്നിധ്യം അറിയിക്കുന്ന തവളകൾ, ചീവീടുകൾ എന്നിവയെ പിടിച്ച് ഹെലന്റെ കൈയിൽ കൊടുക്കും. വളരെ മിനുസമുള്ള വിത്തുകൾ കൈയിലെടുത്ത് താലോലിക്കു

ന്നത് ഹെലന്റെ ഇഷ്ടവിനോദമായിരുന്നു. ഗോതമ്പുവയലുകളെ തഴുകിവരുന്ന മന്ദാനിലനും ഇലകളുടെ ചാഞ്ചാട്ടവും ഹെലന് ആനന്ദദായകമായ അനുഭൂതികൾ പ്രദാനം ചെയ്തു. ഉദയത്തിനുമുമ്പേ തന്നെ ഹെലൻ തോട്ടത്തിൽ എത്തിയിരിക്കും ചില ദിവസങ്ങളിൽ! മഞ്ഞിൽ കുളിച്ചു നിൽക്കുന്ന പുൽക്കൊടികളും പൂക്കളും അവളെ മത്തുപിടിപ്പിച്ചിരിക്കും. കുളിർകാറ്റിൽ ആടിയുലയുന്ന പനിനീർ പൂക്കൾ ഹെലന് പ്രദാനം ചെയ്തിരുന്ന ആഹ്ലാദം അവാച്യമായിരുന്നു. ജൂലൈ മാസാരംഭത്തോടെയാണ് ആപ്പിൾ പഴുത്ത് പാകമാകാറ്. ഹെലനെ ഏറ്റവും ഉത്സാഹവതിയായി കാണാറുള്ളത് ഈ കാലത്താണ്. പൊഴിഞ്ഞു വീഴുന്ന ആപ്പിളുകൾ ശേഖരിക്കുക അവൾക്ക് ഏറ്റവും പ്രിയങ്കരമായ വിനോദമായിരുന്നു. ഒന്നു രണ്ടു സഞ്ചി നിറയെ ആപ്പിളുകളുമായായിരിക്കും ഹെലന്റെ ഓരോ സമയത്തുമുള്ള തിരിച്ചു വരവ്. സഞ്ചിയും മാറത്തടക്കിപ്പിടിച്ച് കൊച്ചു ഹെലൻ നടന്നുവരുന്നത് അമ്മയും ടീച്ചറും നിറകണ്ണുകളോടെ നോക്കി നിൽക്കും.

വിനോദസഞ്ചാരത്തിനായി പുതിയ പുതിയ മേച്ചിൽപ്പുറങ്ങൾ ടീച്ചർ കണ്ടെത്തിക്കൊണ്ടിരുന്നു. ഓരോ സ്ഥലത്തും അവർ മണിക്കൂറുകളോളം ചെലവഴിക്കും. ആ സമയത്ത് അക്ഷരങ്ങളും വാക്കുകളും ഉപയോഗിച്ചുള്ള ഏതെങ്കിലും കളികളിലായിരിക്കും അവർക്കു താൽപ്പര്യം. അതുകൂടാതെ, അവിടവിടെയായി കുഴികൾ കുഴിക്കുക, മണ്ണുകൊണ്ട് കോട്ട കെട്ടി പൊക്കുക. അതിനുള്ളിൽ ചെറിയ കുഴികൾ കുഴിച്ച് തടാകങ്ങളാണെന്ന് സങ്കൽപ്പിക്കുക, കൊച്ചുകൊച്ചു ദ്വീപുകൾ ഉണ്ടാക്കുക തുടങ്ങി കൗതുകത്തിനും തമാശയ്ക്കും വേണ്ടി ഓരോ കാര്യങ്ങൾ ഉണ്ടാക്കുക എന്നിവയൊക്കെയാണ് ഇത്തരം വേളകളിൽ ചെയ്യാറുള്ളത്. ഈ കളികളും തന്നെ ഓരോ വിഷയങ്ങൾ പഠിപ്പിക്കുന്നുണ്ട് എന്ന സത്യം അന്ന് ഹെലന് മനസിലായിരുന്നില്ല. പുകഞ്ഞുകൊണ്ടിരിക്കുന്ന പർവതങ്ങളും സമതലത്തിന് സമീപമുള്ള ചെറുപട്ടണങ്ങളും മഞ്ഞുറഞ്ഞ നദികളും തുടങ്ങി അനേകം നിഗൂഢ രഹസ്യങ്ങൾ അടങ്ങിയിരിക്കുന്ന ഭൂഗോളത്തെക്കുറിച്ച് ആൻ സളിവൻ വിശദീകരിച്ചു കൊടുക്കുമ്പോൾ ഹെലൻ ആഹ്ലാദംകൊണ്ടു തുള്ളിച്ചാടും. പർവതങ്ങൾ, താഴ്വരകൾ, നദികൾ തുടങ്ങി പ്രകൃതിയുടെ അത്ഭുതങ്ങളുടെ മാതൃകകൾ ടീച്ചർ നിർമിച്ചു കൊടുത്തിരുന്നു. ഭൂമിശാസ്ത്രത്തിലെ പ്രധാനപ്പെട്ട പാഠങ്ങളെല്ലാം ഹെലൻ പഠിച്ചത് കളികളിലൂടെ ആയിരുന്നു.

ഹെലന് പഠിക്കാൻ ഏറ്റവും ബുദ്ധിമുട്ടുണ്ടായിരുന്ന വിഷയം കണക്കായിരുന്നു. അക്ഷരങ്ങളോടുണ്ടായിരുന്ന ആഭിമുഖ്യം ഒരിക്കലും അക്കങ്ങളോടു തോന്നിയിരുന്നില്ല. മുത്തുകൾ ഉപയോഗിച്ചാണ് ടീച്ചർ എണ്ണം പഠിപ്പിക്കുവാൻ തുടങ്ങിയത്. മുത്തുകൾക്കു പുറമേ ചെറിയ കമ്പുകൾ കൂട്ടിച്ചേർത്തും എടുത്തുമാറ്റിയും സംഖ്യകൾ കൂട്ടുന്നതും കുറയ്ക്കുന്നതും എങ്ങനെയാണെന്ന് പഠിപ്പിച്ചു. ഒരവസരത്തിൽ അഞ്ചോ ആറോ കണക്കുകൾ മാത്രമേ പഠിപ്പിക്കുക പതിവുള്ളൂ. കണക്ക് വേഗം പഠിച്ചു

തീർത്ത് പിന്നെ കളിക്കാനായിരുന്നു തിടുക്കം. കണക്കിനോടുണ്ടായിരുന്ന വൈമുഖ്യം ജന്തുശാസ്ത്രത്തോടും സസ്യശാസ്ത്രത്തോടുമുണ്ടായിരുന്നില്ല. വളരെ താൽപ്പര്യത്തോടും ഉത്സാഹത്തോടും കൂടിയാണ് ഈ രണ്ടു വിഷയങ്ങളും പഠിച്ചെടുത്തത്.

ഒരിക്കൽ അച്ഛന്റെ ഒരു സുഹൃത്ത് വളരെ മനോഹരമായ അടയാളങ്ങളുള്ള കുറെ കക്കകളും പക്ഷിയുടെ പാദം പതിഞ്ഞിട്ടുള്ള ഒരു മൺകട്ടയും കൊടുത്തയച്ചു. ആ കൂട്ടത്തിൽ അഴകും ഘനവും ഉള്ള ഒരുതരം ഇലയും ഉണ്ടായിരുന്നു. ലോകത്താകമാനം സംഭരിച്ചുവച്ചിട്ടുള്ള അമൂല്യങ്ങളായ നിധിയെക്കുറിച്ച് ഹെലന് ഒരു രൂപം കിട്ടാൻ ഇത് ഇടയാക്കി. മനുഷ്യവാസം ഇല്ലാത്തതും ഭീമാകാരങ്ങളായ ക്രൂര മൃഗങ്ങൾ നിറഞ്ഞതുമായ പ്രദേശങ്ങൾ ഈ ഭൂമുഖത്തുണ്ടെന്നും ഇത്തരം ഹിംസ്രജന്തുക്കൾ വൻമരങ്ങളുടെ കൊമ്പുകൾവരെ അടർത്തിയെടുത്തു ഭക്ഷിക്കും എന്നും മറ്റുമുള്ള അറിവുകൾ ഹെലന്റെ മനസിൽ അനാവരണം ചെയ്യപ്പെട്ടു. ഇത്തരം വസ്തുതകൾ മനസിലാക്കിയ അവസരത്തിൽ പലപ്പോഴും ഹെലൻ ഹിംസ്രജന്തുക്കളെ സ്വപ്നം കാണുക പതിവായിരുന്നു. പൂക്കളും സൂര്യപ്രകാശവും കിളികളും കൊച്ചു കുതിരയും എല്ലാം ഉള്ള സുന്ദരമായ ആ കുഞ്ഞു മനസിൽ ആ ഭീകര ജന്തുക്കൾ ഒരു ഇരുണ്ട പശ്ചാത്തലം സൃഷ്ടിച്ചു. മുത്തുച്ചിപ്പിയുടെ ജീവിതത്തെക്കുറിച്ചുള്ള രസകരമായ കാര്യങ്ങൾ അത്ഭുതത്തോടും ആഹ്ലാദത്തോടും കൂടിയാണ് ഗ്രഹിച്ചത്. ചെടികൾ വളർന്നു വലുതാകുന്ന പാഠം ഹെലനെ അമ്പരപ്പിച്ചു. വേരിൽ നിന്ന് തണ്ടു മുളച്ചുവരുന്നതും അതിൽ ഇലകൾ വിരിയുന്നതും പിന്നെ മൊട്ടിടുന്നതും അവസാനം വിരിഞ്ഞ് സുഗന്ധംപരത്തുന്ന പൂക്കൾ ഇതൾ വിടർത്തുന്നതും എല്ലാം മനസിലാക്കി. വളർച്ചയുടെ ഓരോ ഘട്ടവും സൂക്ഷ്മമമായി മനസിലാക്കുവാനും അതിന്റെ പൂർണ വളർച്ചയിൽ ആഹ്ലാദിക്കുവാനും കഴിഞ്ഞു.

ജനലിനടുത്ത് ഒരു കണ്ണാടിപ്പാത്രത്തിൽ പതിനൊന്നു കൊച്ചു ജീവികളെ ഇട്ടുവച്ചിരുന്നു. അവയുടെ വളർച്ചയും സ്വഭാവ രീതികളും പെരുമാറ്റവും എല്ലാം വളരെ സൂക്ഷ്മമായി നിരീക്ഷിച്ചു പോന്നു. കണ്ണാടിപ്പാത്രത്തിൽ കൈയിട്ടാൽ വിരലുകൾക്കിടയിലൂടെ അവ നീന്തിത്തുടിക്കും. ഒരിക്കൽ അതിൽ നിന്നും ഒരെണ്ണം പുറത്തേക്കു ചാടി. ഭാഗ്യത്തിന്, അത് ചാവുന്നതിനുമുമ്പു തന്നെ അതിനെ പിടിച്ചെടുത്ത് ടീച്ചർ വെള്ളത്തിലേക്കിട്ടു. ആ പാത്രത്തിൽ കിടന്നു തന്നെ അവ പൂർണ വളർച്ചയെത്തിയ തവളകളായി രൂപാന്തരം പ്രാപിച്ചു. പിന്നീടവയെ തോട്ടത്തിനു സമീപത്തുള്ള ചെറുകുളത്തിലേക്ക് മാറ്റി. വർധിതോത്സാഹത്തോടെ അവ അവിടെക്കിടന്ന് സംഗീതമാലപിക്കാറുണ്ടെന്ന് ടീച്ചർ ഹെലന് പറഞ്ഞു മനസിലാക്കി കൊടുത്തു. അങ്ങനെ ജന്തുലോകത്തിന്റെ വളർച്ചയുടെ ഒരു പടവ് തനിക്ക് തൊട്ടറിയുവാൻ സാധിച്ചു.

ആൻ സളിവൻ എന്ന അധ്യാപികയുടെ അർപ്പണ മനോഭാവവും ത്യാഗസന്നദ്ധതയും ആണ് ഹെലന് വിദ്യാഭ്യാസം വളരെ രസകരവും

കുറ്റമറ്റതും മടുപ്പില്ലാത്തതും ആക്കി മാറ്റാൻ സാധിച്ചത്. ഹെലനെ പൂർണമായി മനസിലാക്കാൻ ആ അധ്യാപികയ്ക്ക് വളരെ എളുപ്പത്തിൽ സാധിച്ചു. ഹെലന്റെ വിദ്യാഭ്യാസം വേഗത്തിൽ പൂർണതയിൽ എത്താൻ കാരണവും മറ്റൊന്നല്ല. പുതിയ പുതിയ അറിവുകൾ അവർ സമയോചിതമായി ഹെലന്റെ മനസിലേക്ക് പകർന്നുകൊടുത്തുകൊണ്ടിരുന്നു. കാര്യങ്ങൾ ഗ്രഹിക്കാനുള്ള ഹെലന്റെ കഴിവും അത്ഭുതാവഹമായിരുന്നു. ഹെലന്റെ മനസ്സ് ഒരു നീർച്ചോലയാണെന്നും അതിനു വേണ്ടിടത്ത് നിയന്ത്രണവും വേണ്ടപ്പോൾ പോഷണവും ലഭിച്ചാൽ മാത്രമേ, ആഴവും പരപ്പുമുള്ള നദിയായി രൂപാന്തരപ്പെടുകയുള്ളു എന്നും ആൻ മനസിലാക്കി. ഏതൊരു അധ്യാപികയ്ക്കും കുട്ടികളെ ക്ലാസ് മുറികളിൽ അടക്കിയിരുത്താൻ സാധിക്കും. എന്നാൽ അങ്ങനെയുള്ള അധ്യാപികമാർക്കൊന്നും കുട്ടികളെ ശരിയായ രീതിയിൽ വിദ്യ അഭ്യസിപ്പിച്ചു എന്ന് ഉറപ്പു വരുത്താൻ സാധിക്കുകയില്ല. ഏതൊരു കുട്ടിക്കും പഠിക്കുമ്പോഴും കളിക്കുമ്പോഴും താൻ സ്വതന്ത്രയാണെന്നു ബോധ്യപ്പെട്ടില്ലെങ്കിൽ ആ കുട്ടിക്ക് ഒരിക്കലും തന്റെ കൃത്യനിർവഹണത്തിൽ സന്തോഷം ഉണ്ടാവുകയില്ല. വിരസമായ പ്രവൃത്തിയിലേക്ക് പൂർണമായും പ്രവേശിക്കുന്നതിനു മുമ്പ് വിജയത്തിന്റെ ലഹരിയും പരാജയത്തിന്റെ ദു:ഖവും അനുഭവിക്കുവാനുള്ള അവസരം ലഭിച്ചിരിക്കണം.

7

ക്രിസ്മസ് കാലത്തെ നക്ഷത്രവെളിച്ചങ്ങൾ

ഓരോ ക്രിസ്മസും ഹെലന് ഓരോ മഹാസംഭവമായിരുന്നു. എന്നാൽ ടീച്ചർ കൂട്ടിനെത്തിയ ശേഷമുള്ള ആദ്യത്തെ ക്രിസ്മസായിരുന്നു ഹെലന്റെ ജീവിതത്തിലെ ശരിയായ ആഘോഷം. വീട്ടിലുള്ളവരെല്ലാം ആ ക്രിസ്മസിന് ഹെലനെ അത്ഭുതപ്പെടുത്തണം എന്നു കരുതിയിരുന്നു. എന്നാൽ അധ്യാപികയും പ്രിയശിഷ്യയും കൂടി മറ്റുള്ള സകലരേയും കുഴപ്പത്തിൽകൊണ്ടുചെന്നു ചാടിക്കുകയാണ് ഉണ്ടായത്.

ഹെലന് വിചിത്രമായ പല സമ്മാനങ്ങളും ആ ക്രിസ്മസിന് ലഭിച്ചു. കാർഡുബോർഡുകളിൽ അപൂർണങ്ങളായ വാക്യങ്ങൾ എഴുതി പല സുഹൃത്തുക്കളും ഹെലന്റെ ജിജ്ഞാസയെ തട്ടിയുണർത്തി. ബുദ്ധിയും കരവിരുതും ഉപയോഗിച്ച് ഉത്തരം കണ്ടെത്തേണ്ടുന്ന ഇത്തരം വിനോദങ്ങളിൽ ടീച്ചറും ഹെലനും സജീവമായി പങ്കെടുത്തു. ദിനചര്യയുടെ ഭാഗമായി പാഠങ്ങൾ പഠിച്ചിരുന്നപ്പോൾ ലഭിച്ചിരുന്ന അറിവിനെക്കാൾ എത്രയോ ഭംഗിയായി ഭാഷയുടെ പാഠങ്ങൾ പഠിച്ചെടുക്കാൻ ഇത്തരം വിനോദങ്ങൾ ഉപകരിച്ചു. എല്ലാ ദിവസവും വൈകുന്നേരം അഗ്നി കുണ്ഡത്തിനടുത്തു നിന്ന് ഇതുപോലുള്ള കളികളിൽ ഏർപ്പെട്ടു. ക്രിസ്മസ് ദിനം അടുത്തുവരുന്നതോടെ സുഹൃത്തുക്കളുടെ എണ്ണം വർധിച്ചു. അപ്പോൾ കളികൾ കൂടുതൽ രസകരമാവുകയും ചെയ്തു.

ഹെലന്റെ ചില സുഹൃത്തുക്കൾ ക്രിസ്മസ് രാത്രിയിൽ അവരുടെ 'ക്രിസ്മസ് ട്രീ' കാണുന്നതിനുവേണ്ടി ഹെലനെയും അവളുടെ ടീച്ചറെയും ക്ഷണിച്ചു. മനോഹരമായ ഒരു മുറ്റത്തിന്റെ ഒത്ത നടുവിൽ വിവിധങ്ങളായ അലങ്കാരങ്ങളോടുകൂടിയ വൃക്ഷം. ഹെലൻ തന്റെ വിരലുകൊണ്ട് ആ മനോഹരമായ വൃക്ഷത്തിന്റെ സൗന്ദര്യം മുഴുവൻ നുകർന്നു. അവൾ ആ വൃക്ഷത്തിനു ചുറ്റും ആനന്ദ നൃത്തം ചവിട്ടി. അതിലെ ഇല

കളും കായ്കളും എല്ലാം എടുത്ത് കൈകൊണ്ടു താലോലിച്ചു. അവിടെ എത്തിയ ഓരോ കുട്ടിയേയും ഒരു മനോഹരമായ സമ്മാനം കാത്തിരിപ്പുണ്ടെന്ന സന്തോഷവാർത്ത അവളെ ഏറെ ആഹ്ലാദിപ്പിച്ചു. അന്നവിടെ കൂടിയിരുന്ന കുട്ടികൾ—അവരുടെ ശ്രമഫലമായാണ് ആ ക്രിസ്മസ് ട്രീ അത്രയ്ക്കു മനോഹരമായത്—സമ്മാനദാനം നൽകാനായി ഹെലനെ ക്ഷണിച്ചു. വളരെ സന്തോഷത്തോടുകൂടി ഹെലൻ ആ ക്ഷണം സ്വീകരിക്കുകയും തന്റെ ജോലി ഭംഗിയായി നിർവഹിക്കുകയും ചെയ്തു. ആ കൂട്ടത്തിൽ ഹെലനും ഒരു സമ്മാനം ഉണ്ടായിരുന്നു. അവരുടെ ഇടയിലെ ഏറ്റവും മുതിർന്ന കുട്ടി ഹെലന് അതു സമ്മാനിച്ചു.

അന്നു രാത്രി ഹെലന് ഉറക്കം വന്നില്ല. 'ക്രിസ്മസ് ഫാദർ' വരുമ്പോൾ അദ്ദേഹം എന്തായിരിക്കും ചെയ്യുക? എന്തെല്ലാം സമ്മാനങ്ങളായിരിക്കും അദ്ദേഹം കൊണ്ടുവരിക?—മനസു നിറയെ ഇത്തരം ചിന്തകളായിരുന്നു. ഒടുവിൽ എപ്പോഴോ ഉറങ്ങിപ്പോയി. തന്റെ സമീപത്ത് ഒരു പാവക്കുട്ടിയും കൈയിൽ ഒരു വെള്ളക്കരടിയും ഉണ്ടായിരുന്നു. അടുത്ത പ്രഭാതത്തിൽ മെറി ക്രിസ്മസ് ആശംസിച്ച് വീട്ടിൽ ഉണ്ടായിരുന്ന സകലരേയും ഉണർത്തിയത് ഹെലനായിരുന്നു. അത്ഭുതങ്ങളുടെ ലോകമാണ് പിന്നീട് അവിടെ കാണാനായത്. മേശപ്പുറത്തും കസേരയിലും കട്ടിളപ്പടിയിലും എല്ലാം ക്രിസ്മസ് സമ്മാനങ്ങൾ. എവിടെയും വെള്ളപ്പൊതിയിൽ നിറയെ ക്രിസ്മസ് വിഭവങ്ങൾ! ഹെലന്റെ ആഹ്ലാദം അതിന്റെ പാരമ്യതയിൽ എത്തി. നൃത്തംവച്ചു കൊണ്ടായിരുന്നു ഇരിപ്പും നടപ്പുമെല്ലാം.

ടീച്ചർ ഹെലന് നൽകിയ ക്രിസ്മസ് സമ്മാനം ഒരു കൊച്ചുകിളിയായിരുന്നു. ഹെലന്റെ സന്തോഷം വാനോളം ഉയർന്നു. ആ കിളിക്ക് 'ടീം' എന്നു പേരിട്ടു വിളിച്ചു. ദിവസങ്ങൾക്കുള്ളിൽ അവർ തമ്മിലുള്ള ഹൃദയബന്ധം ദൃഢമായി—ആ കുഞ്ഞിക്കിളിക്ക് ഭയമേ ഉണ്ടായിരുന്നില്ല. അത് ഹെലന്റെ തോളത്തും തലയിലും വന്നിരിക്കും. കൈയിൽ നിന്നും തീറ്റ കൊത്തിത്തിന്നും. കുഞ്ഞിക്കിളിയെ ഏതെല്ലാം വിധത്തിലാണ് പരിചരിക്കേണ്ടത് എന്ന് ആൻ വിശദമായി മനസിലാക്കി കൊടുത്തിരുന്നു. ഹെലൻ അതിന്റെ പരിചരണത്തിൽ ബദ്ധശ്രദ്ധയായിരുന്നു. ദിവസവും രാവിലെ പ്രഭാതഭക്ഷണത്തിനുശേഷം ഹെലൻ അതിനെ കുളിപ്പിക്കും. അതുകഴിഞ്ഞ് കൂടു വൃത്തിയാക്കും. അതിനു ശേഷമാണ് തീറ്റകൊടുക്കുക! ഹെലന്റെ ദിനചര്യയെല്ലാം മാറ്റിമറിക്കുവാൻ ആ കൊച്ചുകിളിക്ക് സാധിച്ചു. ഹെലന്റെ ഏറ്റവും പ്രിയപ്പെട്ട സുഹൃത്തും സന്തതസഹചാരിയും ആയിരുന്നു ആ കിളി. അത് ഹെലന്റെ കൈക്കുടന്നയിൽ ഇരുന്ന് പാടും. ഹെലൻ മനസുകൊണ്ട് ആ ഗീതം ആസ്വദിക്കും. ഹെലന്റെ തലമുടിയിലും കവിളിലും എല്ലാം അതു കൊക്കുരുമ്മി സന്തോഷം പ്രകടിപ്പിക്കും. ഒരുദിവസം രാവിലെ ഹെലൻ കൂടുവൃത്തിയാക്കാൻ ഒരുങ്ങുകയായിരുന്നു. കൂടെടുത്ത് ജനലിനടുത്തു വച്ചശേഷം കിളിയെ കുളിപ്പിക്കാനുള്ള വെള്ളമെടുക്കാനായി പുറത്തേക്കു പോയി. തിരിച്ചു വരുമ്പോൾ

ഒരു തടിയൻ പൂച്ച ഹെലനെ മുട്ടിയുരുമ്മിക്കൊണ്ട് പുറത്തേക്കു തിടുക്കത്തിൽ കടന്നുപോയതായി അനുഭവപ്പെട്ടു. എന്താണ് സംഭവിച്ചതെന്ന് പെട്ടെന്നു മനസിലാക്കാനായില്ല. പിന്നീട് കൂട്ടിലേക്ക് കൈ നീട്ടിയപ്പോഴാണ് കൂട് ശൂന്യമാണെന്ന് മനസിലായത്. ഹിംസ്രജന്തുക്കൾ മറ്റു ജീവജാലങ്ങളെ കൊന്നു തിന്നുമെന്ന് ടീച്ചർ മനസിലാക്കി കൊടുത്തിരുന്നു. എന്നാൽ തന്റെ അടുക്കളയിലും മുറ്റത്തും ചുറ്റിക്കറങ്ങിയിരുന്ന പൂച്ച ഇത്രയ്ക്കു ദാരുണമായ ഒരു പ്രവൃത്തി ചെയ്യുമെന്ന് കരുതിയില്ല. ആ കുഞ്ഞോമനപ്പക്ഷി എന്നെന്നേക്കുമായി നഷ്ടപ്പെട്ടു എന്ന സത്യത്തോട് പൊരുത്തപ്പെടാൻ ഹെലന് സാധിച്ചില്ല. അവൾ അലമുറയിട്ടു കരഞ്ഞു. അമ്മയും ടീച്ചറും കിണഞ്ഞു ശ്രമിച്ചിട്ടും അവളെ ആശ്വസിപ്പിക്കാൻ കഴിഞ്ഞില്ല. അവൾ ദിവസങ്ങളോളം ഉണ്ടില്ല; ഉറങ്ങിയില്ല. കുഞ്ഞിക്കിളിയെ ഓരോ നിമിഷവും ഓർത്തുകൊണ്ടിരുന്നു.

8
ബോസ്റ്റണിൽ

യാത്രകൾ ഹെലന് ലഹരിയായിരുന്നു. 1888–ൽ ഹെലൻ ബോസ്റ്റണിലേക്ക് ഒരു യാത്ര നടത്തി. അന്ന് എട്ടു വയസാണ് പ്രായം. ആ യാത്രയെക്കുറിച്ചുള്ള ഓർമ ജീവിതാവസാനം വരെ മനസിൽ മായാതെ കിടന്നിരുന്നു. അമ്മയോടും ടീച്ചറോടും ഒപ്പമായിരുന്നു യാത്ര. രണ്ടു വർഷങ്ങൾക്കു മുമ്പു നടത്തിയ യാത്രയിൽ നിന്നും തികച്ചും വ്യത്യസ്തമായ ഒന്നായിരുന്നു അത്. ഇത്തവണ, മറ്റുയാത്രക്കാരുടെ ശ്രദ്ധ പിടിച്ചു പറ്റണമെന്നോ, അവരെ രസിപ്പിക്കണമെന്നോ ഒന്നും ഹെലൻ ആഗ്രഹിച്ചില്ല. ആദ്യത്തെ യാത്ര ഹെലൻ ആസ്വദിച്ചിരുന്നു എങ്കിലും ചിലിപ്പോഴെല്ലാം അവൾ അസ്വസ്ഥയായിരുന്നു. അന്നത്തേക്കാൾ അൽപ്പം കൂടി മുതിർന്നതാവാം അതിനു കാരണം.

അധ്യാപികയുടെ തൊട്ടടുത്ത് ജനലിനടുത്തുള്ള ഇരിപ്പിടമായിരുന്നു ഹെലന്. വഴിമധ്യേ ജനവാതിലിലൂടെ കാണാവുന്ന കാഴ്ചകളുടെ വിവരണങ്ങൾ ഹെലൻ ആകാംക്ഷയോടെ ശ്രദ്ധിച്ചിരുന്നു. തട്ടും തടവും ഇല്ലാതെ ഒഴുകുന്ന മനോഹരമായ നദി, പച്ച പുതച്ചു നിൽക്കുന്ന വയലുകൾ, ഓരോ സ്റ്റേഷനിലും തിങ്ങി നിറയുന്ന ജനസഞ്ചയം തുടങ്ങി ഒരു നീണ്ട യാത്രയിൽ കാണപ്പെടാവുന്ന സകലകാര്യങ്ങളെക്കുറിച്ചും ടീച്ചർ വിശദീകരിച്ചു കൊടുത്തു. ഹെലന്റെ പ്രിയപ്പെട്ട 'നാൻസി'യെ പുതിയ ഉടുപ്പും തൊപ്പിയും ധരിപ്പിച്ച് ഹെലന്റെ സീറ്റിന് അടുത്തുതന്നെ ഇരുത്തിയിരുന്നു. തന്റെ മുത്തുകൊണ്ട് നിർമിച്ച കണ്ണുകളാൽ അത് ഹെലനെ നോക്കിക്കൊണ്ടിരുന്നു. ചിലപ്പോൾ അതിനെ എടുത്ത് മടിയിലിരുത്തും അല്ലെങ്കിൽ ഉറക്കിക്കിടത്തും. ഉറങ്ങുന്ന നാൻസി പ്രത്യേക ശ്രദ്ധയൊന്നും അർഹിക്കുന്നില്ല എന്ന മട്ടിൽ അതിനെ പരിഗണിക്കാതെ ഇരിക്കുകയും ചെയ്തിരുന്നു.

ബോസ്റ്റണിൽ നാൻസിയെ കാത്തിരുന്നത് വലിയ ഒരു ദുരന്തമായിരുന്നു. വണ്ടിയിറങ്ങുമ്പോഴേക്കും ആകെ അഴുക്കും പൊടിയും അടിഞ്ഞ് വളരെ വൃത്തികെട്ടിരുന്നു. വേലക്കാരി അതിനെ എടുത്തുകൊണ്ടുപോയി സോപ്പു കലക്കിയ വെള്ളത്തിൽ മുക്കി വെച്ചു. കുറച്ചു കഴിഞ്ഞ് വെള്ളത്തിൽ നിന്നും എടുത്തപ്പോൾ തന്നെ 'നാൻസി വെറുമൊരു തുണിക്കെട്ടായി മാറിക്കഴിഞ്ഞിരുന്നു. മുത്തുകൊണ്ടുള്ള കണ്ണുകൾ ആ തുണിക്കെട്ടിൽ അപ്പോഴും നിന്നില്ലായിരുന്നുവെങ്കിൽ ഒരിക്കലും അത് പഴയ നാൻസിയാണെന്ന് ഹെലന് തിരിച്ചറിയുവാൻപോലും കഴിയുമായിരുന്നില്ല. മുത്തുകൊണ്ടുള്ള കണ്ണുകളാൽ തന്നെ 'നാൻസി' ദുഃഖത്തോടെ നോക്കുന്നുണ്ടാകും എന്നോർത്ത് ഹെലൻ സങ്കടപ്പെട്ടു. 'ടീം' എന്ന തന്റെ കുഞ്ഞിക്കിളിയെ പൂച്ച പിടിച്ച ദിവസമാണ് ഹെലൻ ഇതിനു മുമ്പ് ഇത്ര മാത്രം സങ്കടപ്പെട്ടത്. അവളുടെ സകല പ്രസരിപ്പും നഷ്ടപ്പെട്ടു. 'നാൻസി'യുടെ പ്രാകൃത രൂപത്തെയും മാറോടടക്കിപ്പിടിച്ച് എവിടെയെങ്കിലും ചടഞ്ഞിരിക്കും.

അവസാനം ഹെലൻ ബോസ്റ്റണിലെ പെർക്കിൻസ് അന്ധവിദ്യാലയത്തിൽ എത്തിച്ചേർന്നു. അവിടെയുള്ള കൊച്ചുകുഞ്ഞുങ്ങളുമായി ചങ്ങാത്തം ഉണ്ടാക്കിയെടുക്കുവാൻ അധികസമയമൊന്നും വേണ്ടി വന്നില്ല. 'മാനുവൽ ആൽഫബൈറ്റിനെ'ക്കുറിച്ച് ആ കുഞ്ഞുങ്ങൾക്ക് അറിയാമെന്നറിഞ്ഞപ്പോൾ ഹെലന് ആഹ്ലാദം തോന്നി. തനിക്കു വശമുള്ള ഭാഷയിൽ മറ്റുള്ളവരുമായി സംവദിക്കാൻ സാധിക്കുക എന്നത് അവളെ ഏറെ സന്തോഷിപ്പിച്ചു. ഇത്രയും കാലം പരസഹായത്തോടെ ആശയ വിനിമയം നടത്തുന്ന ഒരു വിദേശിയുടെ അവസ്ഥയിലായിരുന്നു ഹെലൻ. അവിടെ വച്ചു കണ്ടുമുട്ടിയ കുട്ടികൾ എല്ലാവരും തന്നെപ്പോലെ അന്ധരാണെന്ന സത്യവുമായി പൊരുത്തപ്പെടാൻ ഹെലന് സാധിച്ചില്ല. തന്നെപ്പോലെ നിർഭാഗ്യരായ കുട്ടികൾ ഇനിയും ഉണ്ടോ? എന്തോ! ഹെലനത് വിശ്വസിക്കാനായില്ല. തന്റെ കൂടെ പലതരം കളികളിലും മറ്റുനേരമ്പോക്കുകളിലും ഏർപ്പെട്ടിരിക്കുന്ന ഈ കുട്ടികൾ അന്ധരാണെന്നു വിശ്വസിക്കുവാൻ പിന്നെയും കുറെ സമയമെടുത്തു.

ഹെലൻ സംസാരിക്കുമ്പോൾ മറ്റുള്ള കുട്ടികൾ അവരുടെ കൈകൾ തന്റെ കൈക്കുമേൽ വയ്ക്കുന്നതായി അറിഞ്ഞപ്പോൾ ഹെലന് അത്ഭുതമുണ്ടായി. അവരെല്ലാം തന്നെപ്പോലെ വിരലുകളുടെ സഹായത്തോടെയാണ് പുസ്തകങ്ങൾ വായിക്കുന്നതെന്ന് അറിഞ്ഞതുമുതൽ കൗതുകം ഇരട്ടിച്ചു. തന്റെ ദുർവിധി ഓർത്ത് മനസിൽ ഉണ്ടായിരുന്ന മ്ലാനത കുറച്ചു കുറച്ചായി നീങ്ങിത്തുടങ്ങി. മറ്റുള്ളവർക്ക് കേൾക്കാൻ കഴിവുള്ളതുകൊണ്ട്, അവർക്ക് 'രണ്ടാം കാഴ്ച' എന്ന സിദ്ധി ഉണ്ട് എന്നാണ് വിചാരിക്കുന്നത്. തന്നെപ്പോലെയുള്ള കുട്ടികൾ വായിച്ചും വിവിധങ്ങളായ വിനോദങ്ങളിൽ ഏർപ്പെട്ടും സന്തോഷത്തോടെ ജീവിക്കുന്നു എന്ന അറിവ് ഹെലനെ ഏറെ സന്തോഷിപ്പിച്ചു. തന്റെ ദുഃഖത്തിന്റെ കാഠിന്യം കുറയുന്നതായി അവൾക്കു തോന്നി.

പെർക്കിൻസ് അന്ധവിദ്യാലയം

അന്ധരായ കുട്ടികളോടൊത്തുള്ള ഒരുദിവസത്തെ സഹവാസം തന്നെ ജീവിതത്തിന് പുതിയ മാനങ്ങൾ കൈവരുന്നതായി തോന്നി. അവരോടൊത്തുള്ള ജീവിതം ഉല്ലാസപ്രദം തന്നെയായിരുന്നു. ഓരോദിവസം കഴിയുമ്പോഴും പുതിയ പുതിയ അറിവുകൾക്കും അനുഭവങ്ങൾക്കും വേണ്ടിയുള്ള ഉൽക്കണ്ഠ വർധിച്ചു പോന്നു. തങ്ങളുടെതല്ലാത്ത, തങ്ങൾക്ക് അപ്രാപ്യമായ മറ്റൊരു ലോകമുണ്ടെന്ന വസ്തുത ഹെലൻ വിശ്വസിച്ചില്ല. ലോകം എന്നു പറയുന്നത് ബോസ്റ്റണും അവിടത്തെ അന്ധവിദ്യാലയവുമാണെന്ന് വിശ്വസിക്കാനായിരുന്നു ഹെലന് താൽപ്പര്യം. അത്രയ്ക്ക് ആനന്ദദായകമായിരുന്നു ആ കുട്ടിയെ സംബന്ധിച്ചിടത്തോളം അവിടത്തെ അനുഭവങ്ങൾ.

ബോസ്റ്റണിൽ താമസിച്ചിരുന്ന കാലത്ത് അവിടെയുള്ള എല്ലാവരുമൊന്നിച്ച് 'ബങ്കർ ഹില്ലിൽ' പോകുക പതിവായിരുന്നു. ആ യാത്രയിലാണ് ചരിത്രത്തിന്റെ ബാലപാഠങ്ങൾ പഠിക്കാനുള്ള അവസരം ലഭിക്കുന്നത്. തങ്ങൾ ചെന്നിരുന്ന് കാറ്റുകൊള്ളാറുള്ള കുന്നിൻപുറത്ത് വച്ച് ധാരാളം യുദ്ധങ്ങൾ നടന്നിട്ടുണ്ടെന്നും മറ്റും അറിയാൻ കഴിഞ്ഞപ്പോൾ ഹെലൻ കോരിത്തരിച്ചുപോയി. ധീരജവാന്മാരെ കുറിച്ചുള്ള കഥകൾ അവളെ അത്ഭുത പരതന്ത്രയാക്കി. ആദ്യമായി ജലയാത്ര നടത്തുന്നതും ഇവിടെവച്ചു തന്നെയാണ്. 'പ്ലിമിത്തി'ലേക്കായിരുന്നു ആവിബോട്ടിൽകൂടിയുള്ള ആദ്യത്തെ ജലയാത്ര. ആ കടൽയാത്ര അവളെ അമ്പരപ്പിച്ചു കളഞ്ഞു! താൻ മനസിലാക്കാത്ത എത്രയെത്ര കാര്യങ്ങളാണ് ഈ ലോകത്തിൽ ഉള്ളത്? ഇനിയും എന്തെല്ലാം കാര്യങ്ങളാണ് തനിക്ക് അറിയാനും മനസിലാക്കാനും ഉള്ളത്? അത്ഭുതങ്ങളെ ഗർഭത്തിൽ വഹിക്കുന്ന ഈ ലോകത്തെ അവൾ വല്ലാതെ സ്നേഹിച്ചു തുടങ്ങിയിരുന്നു.

കടൽ എത്രമാത്രം ജീവനുകളെ ഉൾക്കൊള്ളുന്നുണ്ട്? എന്നു ചിന്തിച്ചുകൊണ്ടിരിക്കുമ്പോഴാണ് ബോട്ട് ചിലപ്പോഴെല്ലാം ആടിയുലയുക! അത് ഹെലനെ ഞെട്ടിക്കും. കുറച്ചു കഴിഞ്ഞപ്പോൾ ആകെ ഒരു പന്തിയില്ലായ്ക! ഹെലൻ ഭയന്ന് കരയാൻ തുടങ്ങി. മഴ പെയ്താൽ എവിടെ ഇരുന്ന് ഭക്ഷണം കഴിക്കും? കുറെ കഴിഞ്ഞപ്പോൾ പരിഭ്രമം കുറേശ്ശെ കുറഞ്ഞു തുടങ്ങി. 'തീർഥാടക പിതാക്കൾ' കാലുകുത്തിയ വലിയ പാറ പ്ലിമിത്തിലെ മറ്റേതൊരു കാഴ്ചയേക്കാളും ഹെലനെ ആകർഷിച്ചു. അവിടെ കാലുകുത്താൻ കഴിഞ്ഞതിൽ വല്ലാത്ത സന്തോഷം തോന്നി. തീർഥാടക പിതാക്കളുടെ വരവിനെ പറ്റിയും അവരുടെ കഠിനാധ്വാനങ്ങളെക്കുറിച്ചുമുള്ള കഥകൾ കേട്ടപ്പോൾ ഹെലന് അവരോട് വലിയ ബഹുമാനം തോന്നി. ആ കുരുന്നു ഭാവന ചിറകടിച്ച് പറക്കാൻ തുടങ്ങി. തീർത്തും അപരിചിതവും വിദൂരസ്ഥവുമായ ഒരു സ്ഥലത്തു ചെന്ന് കുടിയേറിപ്പാർത്ത ആ പൂർവികർ എത്രമാത്രം ധീരന്മാരായിരിക്കണം. അവർ സ്വന്തം സ്വാതന്ത്ര്യത്തെ വിലമതിച്ചതുപോലെ തന്നെ സഹജീവികളുടെ സ്വാതന്ത്ര്യത്തിനും വില കൽപ്പിച്ചു. അവരുടെ പ്രവർത്തനങ്ങളെയും ജീവിതത്തെയും കുറിച്ച് കൂടുതൽ കൂടുതൽ അറിയാൻ കഴിഞ്ഞതോടെ അത്ഭുതവും ഒപ്പം ദുഃഖവും അനുഭവപ്പെട്ടു.

ബോസ്റ്റണിൽ വച്ച് വളരെയധികം പേരെ പരിചയപ്പെടാൻ കഴിഞ്ഞെങ്കിലും അവരിൽ എടുത്തു പറയത്തക്ക മഹാനായ ഒരു വ്യക്തിയാണ് എൻഡികോട്ട്. അദ്ദേഹത്തിന്റെ പെൺമക്കളുമായി ആർക്കും തകർക്കാനാവാത്ത ഹൃദയബന്ധം ഉണ്ടാക്കിയെടുക്കാൻ ഹെലന് സാധിച്ചു. അവരുടെ ദയാവായ്പിനെ പ്രകീർത്തിച്ചുകൊണ്ട് ഹെലൻ എഴുതിയിട്ടുണ്ട്. ജീവിതകാലം മുഴുവൻ ആ മധുര സ്മരണകൾ ഹെലൻകൊണ്ടു നടന്നിരുന്നു.

ആ കാലത്ത് ഹെലനെ ഏറ്റവും കൂടുതൽ സ്വാധീനിച്ച വ്യക്തിയായിരുന്നു ബ്രൂക്സ് ബിഷപ്പ്. അദ്ദേഹത്തിന്റെ മടിയിൽ കയറിയിരുന്ന് കളിക്കാനുള്ള സ്വാതന്ത്ര്യംപോലും ഹെലന് ഉണ്ടായിരുന്നു. ദൈവത്തെക്കുറിച്ചും ആത്മീയലോകത്തെ കുറിച്ചുമുള്ള തിരുവചനങ്ങൾ ടീച്ചർ അപ്പോഴപ്പോൾ കൈയിൽ എഴുതിക്കൊടുക്കും. അത്യുത്സാഹത്തോടുകൂടിയാണ് ഹെലൻ അത് ശ്രദ്ധിച്ചു മനസിലാക്കിയിരുന്നത്. അന്ന് മനസിലാക്കിയ തിരുവചനങ്ങൾ ഹൃദയത്തിന്റെ അഗാധതയിൽ പതിഞ്ഞു കിടന്നിരുന്നു.

തന്റെ 8-ാം മത്തെ വയസിലാണ് ഹെലൻ ഡോ. ഹേലിയെ പരിചയപ്പെടുന്നത്. കാലം ആ സ്നേഹത്തിന്റെ ആഴവും പരപ്പും വർധിപ്പിച്ചു. തനിക്കും ടീച്ചർക്കും ഏതൊരു പരീക്ഷണഘട്ടം നേരിടേണ്ടിവരുമ്പോഴും അദ്ദേഹത്തിന്റെ സ്നേഹനിർഭരമായ പെരുമാറ്റത്തിൽ അഭയംതേടും. ഇവർക്കുമാത്രമല്ല, മറ്റായിരക്കണക്കിന് വ്യക്തികൾക്ക് ആശ്വാസം നൽകി ജീവിതവിജയത്തിൽ എത്തിക്കുന്നതിന് ഡോക്ടറുടെ സഹായം ലഭിച്ചിട്ടുണ്ട്.

9

ഉള്ളിൽ നിറയുന്ന കടൽ

കടൽ എന്നും ഹെലനെ ആകർഷിച്ചിരുന്നു. അതിന്റെ അഗാധത! അനന്തവിശാലത! സങ്കീർണത! ജീവജാലങ്ങൾ തുടങ്ങി കടലിലെ ഓരോന്നും ഹെലനെ സ്വാധീനിച്ചിരുന്നു. വേനലവധിക്കു സ്കൂൾ അടയ്ക്കുന്നതിനു മുമ്പായി മിസിസ്സ് ഹോപ്കിൻസിനോടൊപ്പം ആൻ സളിവനും ഹെലനും ബ്യൂണിസ്റ്റർ എന്ന മുനമ്പിൽ താമസിക്കുവാൻ ഒരുക്കങ്ങൾ നടത്തി. അത് ഹെലനെ വളരെയധികം സന്തോഷിപ്പിച്ചു എന്നു എടുത്തു പറയേണ്ടതില്ലല്ലോ. കടലിനെക്കുറിച്ച് കേട്ടറിഞ്ഞ കഥകൾ ഓരോന്നും അവൾ ഓർത്തെടുക്കുവാൻ തുടങ്ങി. കടലിനോട് വിട്ടകന്നിട്ടുള്ള ഒരു ജീവിതമാണല്ലോ അതുവരെ ഹെലൻ നയിച്ചിരുന്നത്. ഉപ്പിന്റെ ഗന്ധവും വഹിച്ചെത്തുന്ന കാറ്റ് അവളെ മത്തുപിടിപ്പിച്ചിരുന്നു. അതിനു മുമ്പൊരിക്കലും ഈ ഉപ്പുകാറ്റ് ഹെലൻ ശ്വസിച്ചിരുന്നില്ല. *നമ്മുടെ ലോകം* എന്ന ഒരു പുസ്തകം മുമ്പ് പരിചയപ്പെട്ടിരുന്നു. അതിലൂടെയാണ് സമുദ്രം എന്ന സങ്കൽപ്പം മനസിൽ കയറിക്കൂടിയത്. കടലിന്റെ ഇരമ്പം എന്തെന്നറിയാൻ അന്നുമുതൽ കൊതിച്ചതായിരുന്നു. കടലിനെ ഒന്നു തൊടുക എന്നത് ജീവിത സ്വപ്നമായി കൊണ്ടുനടന്നു.

കടലിൽ കുളിക്കാനുള്ള വസ്ത്രം ധരിപ്പിച്ചു കഴിഞ്ഞപ്പോൾ, ചൂടുള്ള മണലിൽ നിന്നും ഹെലൻ ചാടി എഴുന്നേറ്റു. യാതൊരു സങ്കോചവും ഇല്ലാതെ തണുത്ത വെള്ളത്തിലേക്ക് എടുത്തു ചാടി. തിരമാലകളുടെ തിരയിളക്കം സ്പർശിച്ച് മനസിലാക്കാൻ കഴിഞ്ഞു. അത് ആസ്വദിച്ചു കൊണ്ടു നിൽക്കുമ്പോൾ കാല് ഒരു പാറയിൽ ഉടക്കി. പെട്ടെന്ന് കൗതുകത്തിന്റെ സ്ഥാനത്ത് ഭയം കടന്നുവന്നു. സെക്കന്റുകൾക്കുള്ളിൽ ഹെലന്റെ തലയ്ക്കുമീതേ വെള്ളം ഇരച്ചു കയറി. എന്തെങ്കിലും ഒരു താങ്ങിനു വേണ്ടി പരതിക്കൊണ്ടിരുന്നു. കൂറ്റൻ തിരമാലകൾ ഒന്നിനു

പിറകെ ഒന്നായി ആഞ്ഞടിച്ചു കയറിവരുമ്പോൾ കണ്ണും കാതും ഇല്ലാത്ത നിസ്സഹായയായ ഒരു പെൺകുട്ടിക്ക് എന്തു ചെയ്യാൻ കഴിയും? പുതുതായി കിട്ടിയ കളിക്കോപ്പിൽ താൽപ്പര്യം നഷ്ടപ്പെട്ട് അതിനെ വലിച്ചെറിയന്നതുപോലെ കടൽ ഹെലനെ തൂക്കിയെറിഞ്ഞു. കടലമ്മ അതിനിഷ്ഠൂരമായി ഹെലനെ വലിച്ചെറിഞ്ഞെങ്കിലും അവൾ ചെന്നുവീണത് ടീച്ചറുടെ കൈകളിലായിരുന്നു. കുറച്ചു നേരത്തേക്ക് ഹെലന് തന്റെ മനസ്സ് തന്നെ നഷ്ടപ്പെട്ടുപോയി. അവൾ വല്ലാതെ ഭയന്നുപോയിരുന്നു. അൽപ്പസമയത്തിനകം ഭയം വിട്ടകന്ന് ആത്മസംയമനം തിരിച്ചുകിട്ടിയപ്പോൾ ഹെലൻ ടീച്ചറോടു ചോദിച്ചു: "കടൽവെള്ളത്തിൽ ഇത്രയധികം ഉപ്പു കലക്കിയത് ആരാണ്?" പരിഭ്രമിച്ചു നിന്നിരുന്ന മിസിസ്സ് ഹോപ്കിൻസും ടീച്ചറും ഈ ചോദ്യം കേട്ടപ്പോൾ ചിരിച്ചുപോയി. ദുരനുഭവത്തിന്റെ ഓർമ മനസിൽനിന്നും വിട്ടകന്നപ്പോൾ ഹെലൻ വിചാരിച്ചു: 'ഏതെങ്കിലും ഉയരമുള്ള പാറയുടെ മുകളിൽ കയറിയിരുന്ന് ഒന്നിനു പിറകേ ഒന്നായി വന്ന് ആ പാറയിൽ ആഞ്ഞടിക്കുന്ന തിരമാലകളെയും അതിൽ നിന്ന് തെന്നിത്തെറിക്കുന്ന ജലകണങ്ങളെയും സ്പർശിച്ചുകൊണ്ടിരിക്കുന്നത് എത്ര ആസ്വാദ്യകരമായിരിക്കും?'

വലിയ ഒരു ദുരന്തത്തിൽ നിന്നും തലനാരിഴയ്ക്ക് രക്ഷപ്പെട്ട ഹെലനെ കടൽത്തീരത്ത് അധികസമയം അലസമായിരിക്കുവാൻ ടീച്ചർ അനുവദിച്ചില്ല. എന്നാൽ ഹെലന് അവിടെനിന്നും എഴുന്നേൽക്കുവാൻ തോന്നിയില്ല. പരിശുദ്ധവും പുതുമ നിറഞ്ഞതുമായ കടൽക്കാറ്റ്, കുളിർമയേകുന്നതും പ്രശാന്തവുമായ ഒരു വിചാരധാരപോലെ ഹെലന് അനുഭവപ്പെട്ടു. കക്കകളും കടലിലെ ചെടികളും പായലുകളും എന്തിന് കക്കകളുടെ പുറത്ത് പറ്റിപ്പിടിച്ചിരിക്കുന്ന സൂക്ഷ്മജീവികളുടെപോലും സൗന്ദര്യം അവളെ ആകർഷിച്ചു. കടൽ ഹെലന് എന്നും വിശദീകരിക്കാനാവാത്ത ഒരത്ഭുതം തന്നെയായിരുന്നു.

ടീച്ചർ വിശേഷപ്പെട്ട ഒരു ജീവിയെ ഹെലന്റെ കൈയിൽ വച്ചുകൊടുത്തു. അവൾ അത്തരം ഒരു ജീവിയെക്കുറിച്ച് അതിനുമുമ്പ് അറിഞ്ഞിരുന്നില്ല. അതൊരു കടൽഞണ്ടായിരുന്നു. ആ വിചിത്രജീവി ക്ഷണനേരംകൊണ്ട് ഹെലന്റെ ശ്രദ്ധ ആകർഷിച്ചു. അവൾ അതിന്റെ പുറന്തോടും കാലുകളും എല്ലാം സൂക്ഷ്മമായി നിരീക്ഷിച്ചു. സാധാരണ ഞണ്ടിനേക്കാൾ എത്രയോ ഇരട്ടി വലുപ്പമുള്ള ഒരു ഭീമാകാരൻ ഞണ്ടായിരുന്നു അത്. അതിന്റെ പുറത്ത് തടവിയപ്പോൾ തോന്നിയത് എന്തുവേണമെങ്കിലും ഇതിന്റെ പുറത്തു വച്ചുകെട്ടി വലിച്ചുകൊണ്ടുപോകാൻ കഴിയുമല്ലോ എന്നാണ്. അത് തന്റെ പിടുത്തം വിടുവിച്ച് ഓടിപ്പോകുമോ എന്നതായി പിന്നത്തെ ഭയം. അതുകൊണ്ടു തന്നെ രണ്ടുകൈ കൊണ്ടും പിടിച്ചു വലിച്ച് സർവശക്തിയും പ്രയോഗിച്ച് കുറേ ദൂരം കൊണ്ടുപോയി അതിനെ സുരക്ഷിതമായ ഒരു സ്ഥലത്ത് കൊണ്ടുചെന്ന് സൂക്ഷിക്കുന്നതുവരെ ഹെലൻ ടീച്ചർക്ക് ഒരു സ്വൈരവും കൊടുത്തില്ല. നിരവധി നിരവധി ചോദ്യങ്ങൾ ചോദിച്ചുകൊണ്ട് അവൾ പിന്നാലെ നടന്നു. സന്തോഷം

അധികസമയം നീണ്ടു നിന്നില്ല. തൊട്ടടുത്ത ദിവസം തന്നെ ആ ഭീമാകാരൻ ഞണ്ട് അപ്രത്യക്ഷനായി. എങ്ങനെയാണ് അത് രക്ഷപ്പെട്ടത് എന്ന് ആർക്കും അറിഞ്ഞുകൂടായിരുന്നു. ഹെലൻ വല്ലാതെ സങ്കടപ്പെട്ടു. ഒരു പുതിയ കൂട്ടുകാരനെ കിട്ടിയ സന്തോഷത്തോടെയായിരുന്നു തലേ ദിവസം രാത്രി അവൾ ഉറങ്ങാൻ പോയത്. ഉണർന്ന ഉടനെ ഞണ്ടിന്റെ വിശേഷങ്ങളറിയാനാണ് അവൾ പോയത്. അത് രക്ഷപ്പെട്ടു എന്ന വാർത്ത അവളെ നിരാശയിലാഴ്ത്തി. പിന്നെയും കുറേക്കാലം കഴിഞ്ഞതിനുശേഷം മാത്രമാണ് മിണ്ടാപ്രാണികളായ ഇത്തരം നിസ്സഹായ ജീവികളെ പിടിച്ച് ബന്ധനത്തിലാക്കുവാൻ പാടില്ല എന്ന കാര്യം ഹെലന് ബോധ്യമായത്. അതിനുശേഷം ഒരിക്കൽ ഹെലൻ തന്റെ ടീച്ചറോടു പറഞ്ഞു: "ആ ഞണ്ട് തിരികെ കടലിലേക്കു പോയിരിക്കാം അല്ലേ?" അങ്ങനെ സമാധാനിച്ചപ്പോൾ അവളുടെ ദു:ഖം തീർത്തും ഇല്ലാതായെന്നു മാത്രമല്ല, സന്തോഷിക്കുകയും ചെയ്തു.

10

കാട്ടറിവിന്റെ ഹരിതസ്വർഗങ്ങൾ

ശരത്കാലത്തിന്റെ ആരംഭത്തിൽ ഹെലനും ടീച്ചറും വീട്ടിലേക്കു മടങ്ങി. മധുരസ്മരണകളായിരുന്നു അവളുടെ ഹൃദയം നിറയെ. വളരെ വിലപ്പെട്ടതും വൈവിധ്യമേറിയതുമായ ഒരുപാട് അനുഭവങ്ങൾ ആ യാത്ര യിൽ ഹെലന് കൂട്ടിനുണ്ടായിരുന്നു. പല സംഭവങ്ങളുടെയും പ്രാരംഭം കുറിക്കുന്ന ഒന്നായിരുന്നു അത്. ജീവിതത്തിലെ ഒരുനിമിഷംപോലും ഹെലൻ പാഴാക്കിക്കളഞ്ഞിട്ടില്ല. എന്തെങ്കിലും പുതിയ കാര്യങ്ങൾ മന സിലാക്കുന്നതിനും അതു പഠിക്കുന്നതിനും വേണ്ടി അർപ്പിക്കപ്പെട്ടതാ യിരുന്നു ആ ജീവിതം. അത്യന്തം മനോഹരവും പുതുമനിറഞ്ഞതുമാണ് ഈ പ്രപഞ്ചം. അത് വഹിക്കുന്ന അമൂല്യങ്ങളായ സമ്പത്തുകളും അറി വുകളും അത്ഭുതങ്ങളും തന്റെ കാൽക്കൽ സമർപ്പിക്കപ്പെട്ടിരിക്കുന്നു. മനസിൽ കൂടുകൂട്ടിയിരുന്ന നിരാശാബോധവും മ്ലാനതയും തുടച്ചുനീക്കി തൽസ്ഥാനത്ത് ആനന്ദവും അറിവിന്റെ അനന്തമായ മേഖലകൾ കീഴട ക്കാനുള്ള ആഗ്രഹവും സ്ഥാനംപിടിച്ചു. ഓരോ വസ്തുവിലും ജീവന്റെ തുടിപ്പ് കണ്ടെത്തുവാൻ സാധിച്ചു. ചുറുചുറുക്കോടെ ഓരോ കാര്യങ്ങൾ മനസിലാക്കാനും പ്രവർത്തിക്കാനും തുടങ്ങി. കോപം, വാശി തുടങ്ങിയ ദുർഗുണങ്ങൾ ഈ കുട്ടിക്ക് ഉണ്ടായിരുന്നു എന്നു പോലും ആരും വിശ്വ സിക്കാതായി. തികച്ചും ചലനാത്മകമായി ഹെലന്റെ ജീവിതം മാറ്റിയെ ടുക്കുവാൻ ടീച്ചർക്ക് അധികകാലമൊന്നും വേണ്ടി വന്നില്ല. ടീച്ചറുടെയും ശിഷ്യയുടെയും അശ്രാന്ത പരിശ്രമവും അർപ്പണ മനോഭാവവും മാത്ര മായിരുന്നു അതിനു കാരണം. ഉണർന്നിരിക്കുന്ന ഓരോ സെക്കന്റിലും ഹെലൻ പുതിയതെന്തെങ്കിലും പഠിച്ചു; ടീച്ചർ പഠിപ്പിച്ചു.

യാത്രാവേളകളിലും സ്കൂളിലുംവച്ച് ഹെലൻ അനേകം ആളുകളെ കണ്ടു; പരിചയപ്പെട്ടു. അവരാരും ഹെലനെ അവഗണിച്ചില്ല. കൈവെ

ള്ളയിൽ എഴുതി, വിശേഷങ്ങളും തങ്ങളുടെ വാത്സല്യവും ഹെലനുമായി പങ്കുവെച്ചു. ക്രമേണ ആശയവിനിമയം ഹെലനെ സംബന്ധിച്ചിടത്തോളം ഒരു പ്രശ്നമല്ലാതായി. തന്റെയും മററുള്ളവരുടെയും മനസിന്റെ മധ്യ ത്തിൽ സ്ഥിതിചെയ്തിരുന്ന ശൂന്യമായ മരുപ്രദേശം അതോടെ പൂക്കളും വള്ളികളും കിളികളുടെ ശബ്ദവും എല്ലാം ഉള്ള മനോഹരമായ ഒരു പൂങ്കാവനമായി മാറി. കഷ്ടിച്ചു സംസാരിക്കുവാൻ പഠിച്ചതിനു ശേഷ മായിരുന്നു ഹെലനും ടീച്ചറും ഡോ. ഒലിവർ വെൽഡൽ ഹോംസിനെ സന്ദർശിക്കുന്നത്. അദ്ദേഹം തന്റെ വായനാമുറിയിൽ വച്ചാണ് അതിഥി കളെ സ്വീകരിച്ചത്. പഴയ ഗ്രന്ഥങ്ങളുടെ ഗന്ധം മൂക്കിലേക്ക് അടിച്ചു കയറി. കൈകൾ താനേ നീണ്ടു. ടെന്നിസന്റെ കവിതാസമാഹാരം കൈ യിൽ തടഞ്ഞപ്പോൾ കൗതുകത്തോടെ അതെടുത്തു. ആൻ സളിവൻ അതെന്തെന്നു വിശദീകരിച്ചു കൊടുത്തു.

സ്പർശിച്ചറിയാൻ പാകത്തിന് പല കൗതുകവസ്തുക്കളും അദ്ദേ ഹം കാണിച്ചു കൊടുത്തു. ഡോ. ഹോംസുമായി അടുക്കുവാൻ ഹെലന് അധികസമയം വേണ്ടിവന്നില്ല. ടീച്ചറും ശിഷ്യയും ഇടയ്ക്കെല്ലാം അദ്ദേ ഹത്തെ പോയി കാണും. അദ്ദേഹത്തിലുള്ള മനുഷ്യസ്നേഹിയെയും കവിയെയും ഹെലൻ വളരെയധികം സ്നേഹിച്ചു.

മലയോര പ്രദേശത്തുള്ള ഒരു വീട്ടിലാണ് ഹെലന്റെ കുടുംബാംഗ ങ്ങൾ ശരത്കാലം കഴിച്ചുകൂട്ടാൻ തീരുമാനിച്ചത്. പ്രകൃതി അതിന്റെ സമസ്ത സൗന്ദര്യവും വാരിക്കോരി എടുത്തുപയോഗിച്ചിട്ടുള്ള ഒരു സ്ഥലമായിരുന്നു അത്. മലമുകളിൽനിന്നും മൂന്നോളം കൊച്ചരുവികൾ കളകളാരവം പൊഴിച്ചുകൊണ്ട് ഒഴുകിയിരുന്നു. ആർത്തുല്ലസിച്ച് കുണുങ്ങിക്കുണുങ്ങി ഒഴുകുന്ന ആ അരുവികളിൽ ധാരാളം പക്ഷികളും കൊച്ചുകൊച്ചു മൃഗങ്ങളും വെള്ളം കുടിക്കുന്നതിനുവേണ്ടി പ്രഭാതങ്ങ ളിലും വൈകുന്നേരങ്ങളിലും എത്തുക പതിവായിരുന്നു. അരുവികൾക്ക പ്പുറം വൻവൃക്ഷങ്ങളും വള്ളികളും നിറഞ്ഞ ഘോരവനമായിരുന്നു.

ഇടതൂർന്ന വനത്തിലെ കാഴ്ച, വനത്തിന്റെ പ്രൗഢഗംഭീരമായ നിശ്ശ ബ്ദത എല്ലാം ഹെലനെ കടലിനെ എന്നപോലെ ആകർഷിച്ചു. വള്ളി കളിൽ തൂങ്ങി ഊഞ്ഞാലാടാൻ ഹെലന് വലിയ താൽപ്പര്യമായിരുന്നു. കിളികളോടും അണ്ണാറക്കണ്ണന്മാരോടും എളുപ്പത്തിൽ ചങ്ങാത്തം കൂടി.

പ്രകൃതി സൗന്ദര്യം ആവോളം ആസ്വദിക്കുവാൻ സാധിക്കുന്ന തര ത്തിലായിരുന്നു അവരുടെ ശരത്കാല വസതി. വൻമരങ്ങളുടെ ഇടയിൽ അൽപ്പം തുറസായ ഒരു സ്ഥലം. അവിടെ കൊച്ചുകൊച്ചു മുറികളുള്ള ഒരു ചെറിയ കെട്ടിടം. അതിനു ചുറ്റും വിശാലമായ പുൽപ്രദേശം. കാട്ടു പൂക്കളുടെ സുഗന്ധവും വഹിച്ചുകൊണ്ട് സദാ ചുറ്റിക്കറങ്ങുന്ന മന്ദമാ രുതൻ. പ്രശാന്ത സുന്ദരമായ ആ ദേശത്തെ ജീവിതം ഹെലന്റെ കുടും ബാംഗങ്ങളെ എല്ലാം സന്തോഷിപ്പിച്ചു. കഠിനമായി അധ്വാനിക്കുന്നവരാ യിരുന്നു അവർ. തിന്നും കുടിച്ചും ജോലി ചെയ്തും അവർ തങ്ങളുടെ ദിവസങ്ങൾ ഉല്ലാസപ്രദമാക്കി. മുൻവശത്തെ വാതിലിനു മുന്നിൽ തന്നെ

ഒരു വലിയ വൃക്ഷം പച്ചക്കുട പിടിച്ച് നിന്നിരുന്നു. അതിനോടടുത്ത് തന്നെ ഏതാനും കൊച്ചുകൊച്ചു ഫല വൃക്ഷങ്ങളും ഉണ്ട്. കാറ്റുവീശുമ്പോൾ അവയുടെ കൊമ്പുകൾ തമ്മിൽ ഉരസുന്നതും ഇലകൾ ഉലയുന്നതും ഹെലൻ സ്പർശിച്ചു മനസിലാക്കി.

ആ സുഖവാസ വസതിയിലേക്ക് അതിഥികളുടെ ഒരു പ്രവാഹം തന്നെ ആയിരുന്നു. ഹെലനെ കാണുക എന്നതും അതിഥികളുടെ സന്ദർശനോദ്ദേശ്യത്തിൽ പെടും. വൈകുന്നേരങ്ങളിൽ മുറ്റത്ത് ഒരുക്കുന്ന അഗ്നികുണ്ഡങ്ങൾക്കു സമീപം നാട്ടുവാർത്തകളും തമാശകളും പറഞ്ഞ് അവരെല്ലാം കൂടി സന്തോഷപൂർവം സമയം ചെലവഴിച്ചു പോന്നു. മത്സ്യ ബന്ധനം, നായാട്ട് തുടങ്ങി നിരവധി വിഷയങ്ങൾ അവരുടെ സംഭാഷ ണത്തിൽ ഉൾപ്പെട്ടു. സാഹസിക കഥകൾ കേൾക്കുന്നത് ഹെലന് വളരെ പണ്ടേ ഇഷ്ടമായിരുന്നു. അച്ഛനായിരുന്നു കഥകളുടെ ലോകത്തേക്ക് കൈപിടിച്ചു നടത്തിച്ചത്. വളരെ തന്മയത്വത്തോടെ കഥകൾ പറ യുന്നതിൽ അതി വിദഗ്ധനായിരുന്നു ഹെലന്റെ പിതാവായ മി.കെലർ. മകൾ ഭാഷയുടെ ഉപയോഗം മനസിലാക്കിയതോടെ കൊച്ചുകൊച്ചു കഥകൾ മകളുടെ കൈവെള്ളയിൽ എഴുതിക്കൊടുത്തു. അവൾക്ക് ആ വിനോദം വളരെ ഇഷ്ടമായിരുന്നു. മറ്റേതെങ്കിലും സന്ദർഭത്തിൽ ഹെലൻ ഈ കഥകളെല്ലാം ആവർത്തിച്ചു പറയും. പിതാവിനെ ഇത് അത്ഭുത പരതന്ത്രനാക്കും. അന്നും ഹെലനു താൽപ്പര്യം സാഹസിക കഥകളോ ടായിരുന്നു. രാത്രി വളരെ വൈകുന്നേരംവരെ ഈ സംഘം കഥകളും വെടിവെട്ടവുമായി കൂടും. പിരിയുന്ന വേളയിൽ ശുഭരാത്രി ആശംസിച്ചു പിരിയുന്നതിനു പകരം 'വേട്ടയുടെ കൊയ്ത്ത്' എന്നു പറഞ്ഞാണ് പിരി യാറുള്ളത്. ഇത് ഹെലനെ ആഹ്ലാദിപ്പിച്ചു.

നായാട്ടിൽ വലിയ ഭ്രമമുള്ള ഒരു സംഘംതന്നെ അവിടത്തെ സന്ദർശകരായിരുന്നു. വാതിലിനു പുറത്തുള്ള വിശാലമായ ഹാളിലാണ് ഇത്തരം നായാട്ടുകമ്പക്കാർ കിടന്നുറങ്ങാറ് പതിവ്. പരുക്കൻ കിടക്ക യിൽ കിടന്നുറങ്ങുന്ന നായാട്ടുകാരുടെയും നായാട്ടുനായ്ക്കളുടെയും അപരിചിതമായ ഗന്ധം ഹെലന് മനസിലാക്കുവാൻ സാധിച്ചിരുന്നു. നായാട്ടിനുള്ള പുറപ്പാടിന്റെ ഒരുക്കങ്ങളും അസ്വസ്ഥരായ കുതിരകളുടെ ചവിട്ടും തൊഴിയും എല്ലാംകൂടി ആകെ ബഹളമയം! പട്ടണത്തിൽ നിന്നും വരുന്ന നായാട്ടുകാർ മിക്കവാറും കുതിരപ്പുറത്താണ് സവാരി ചെയ്യുക. അവർ കുതിരകളെ മരച്ചുവട്ടിൽ കെട്ടിയിടും. പ്രഭാതമാകുമ്പോൾ വർധിച്ച ഉത്സാഹത്തോടുകൂടി കുതിരകളെയും ഓടിച്ചുപോകും.

ആ വീട്ടിൽ പ്രഭാതഭക്ഷണം തയാറാക്കിയിരുന്നത് വീട്ടിനു പുറ ത്തുവച്ചായിരുന്നു. ഒരു വലിയ കുഴിയുടെ മുകൾഭാഗത്ത് വിറകുകൊ ള്ളികൾ അടുക്കി, അതിനുമുകളിൽ ഇറച്ചിക്കഷണങ്ങൾ തൂക്കിയിടും. തീക്കു ചുറ്റും ജോലിക്കാർ നിരന്നുനിന്ന് ഈച്ചകളെയും മറ്റുപ്രാണിക ളെയും എല്ലാം ആട്ടിയോടിക്കും. ഇറച്ചിവെന്തു പാകമാകുമ്പോൾ അതിൽ നിന്നും ഉയരുന്ന ഗന്ധം ഹെലന്റെ വിശപ്പിനെ ഉദ്ദീപിപ്പിക്കും.

തീൻമേശയും കസേരയും എല്ലാം ഒരുക്കുന്നതിനു മുമ്പുതന്നെ അതെല്ലാം തിന്നു തീർത്താലോ എന്ന ചിന്ത ഹെലന്റെ മനസിൽ ജനിക്കും. ഭക്ഷണം വെന്തു പാകമായി എന്ന അറിയിപ്പു കിട്ടിയിട്ടോ എന്തോ, അതു പാകമാകുമ്പോഴേക്കും വേട്ടക്കാരെല്ലാം തീൻമേശമേൽ സ്ഥാനം പിടിച്ചിരിക്കും.

വലിയ ആഘോഷത്തോടെ നായാട്ടിനു പോകുന്ന മിക്കവാറും പേർ നിരാശരായിട്ടായിരിക്കും മടങ്ങി വരിക. അവർ പ്രതീക്ഷിച്ചപോലെ ഒന്നും കിട്ടാറില്ല. പിന്നീട് വീരസ്യവും പൊങ്ങച്ചവും പറഞ്ഞുകൊണ്ട് ഭക്ഷണം മുഴുവൻ വെട്ടി വിഴുങ്ങും. "ഞാൻ കാട്ടിലെത്തിയ ഉടനെ തന്നെ ഒരു മാനിനെ കണ്ടതാണ്. അതെന്റെ വളരെ അടുത്തെത്തിയിരുന്നു. പെട്ടെന്ന് നായ കുരച്ചതു കാരണം അത് തിരിഞ്ഞോടി. വെടി പൊട്ടിച്ചത് അസ്ഥാനത്താകുകയും ചെയ്തു. പിന്നെ ഒരു മാൻകുട്ടി പോലും ആ വഴി വന്നില്ല." അപ്പോഴായിരിക്കും മറ്റൊരുത്തൻ "ഞാൻ ഒരു മുയലിനെ കണ്ടതാണ്—മുയലിനെ അല്ല കേട്ടോ അതിന്റെ കാൽപ്പാടുകൾ, ഇങ്ങനെ പോകും അവരുടെ വീരസ്യങ്ങൾ! കൊച്ചുകുട്ടികൾ ഇല്ലാക്കഥകൾ പറയുന്നതുപോലെയാണ് അവരുടെ സംസാരം.

ഓരോ ദിവസവും സംഭവിക്കുന്ന ഭാഗ്യദോഷങ്ങൾ അവർ വളരെ പെട്ടെന്നുതന്നെ മറക്കും. നന്നായി പാകം ചെയ്തെടുത്ത വേട്ടയിറച്ചിയും മറ്റു വിഭവങ്ങളും മൂക്കുമുട്ടെ ഭക്ഷിക്കും. എന്നാലും ഏറ്റവും രുചികരമായ മാനിറച്ചി ഒന്നു രുചിച്ചു നോക്കാൻപോലും പലർക്കും കിട്ടാറില്ല.

ഹെലനോടൊപ്പം കാട്ടിൽ ചുറ്റിനടക്കാൻ അവളുടെ പ്രിയപ്പെട്ട കുതിര 'ബ്ലാക് ബ്യൂട്ടി'യും ഉണ്ടാവും. ആയിടെ വായിച്ച നോവലിലെ കുതിരയുടെ പേരാണ് ഹെലൻ തന്റെ പ്രിയപ്പെട്ട കുതിരയ്ക്ക് ഇട്ടിരുന്നത്. ആ കുതിരയുടെ നെറ്റിയിൽ മനോഹരമായ ഒരു നക്ഷത്ര ചിഹ്നം ഉണ്ടായിരുന്നു. തിളങ്ങുന്ന ഒരു കറുത്ത കോട്ട് തന്റെ 'ബ്ലാക്ബ്യൂട്ടി'യെ എല്ലായ്പ്പോഴും ഹെലൻ ധരിപ്പിച്ചിരിക്കും. ആ കുതിരപ്പുറത്തു കയറി പ്രഭാതത്തിൽ സവാരി നടത്തുന്നത് ഹെലനെ വളരെയധികം സന്തോഷിപ്പിച്ചു. എപ്പോഴെങ്കിലും സവാരിയോട് ഒരു മടുപ്പ് തോന്നിയാൽ ടീച്ചറുമൊത്ത് വനത്തിൽ നടക്കാൻ പോകും. വൃക്ഷങ്ങളുടെയും വള്ളികളുടെയും ഇടയിൽ കുടുങ്ങി പലപ്പോഴും ഇരുവർക്കും വഴിതെറ്റിയിട്ടുണ്ട്. കുതിരകളും പശുക്കളും സ്ഥിരമായി നടക്കുന്നതുകൊണ്ട് ഉണ്ടായ വഴിത്താരകളിലൂടെ വേണമായിരുന്നു ഏതെങ്കിലും നിശ്ചിത സ്ഥലത്ത് എത്തിച്ചേരാൻ. വഴിത്താരകളില്ലാത്ത ഇടതൂർന്ന വനപ്രദേശത്ത് എത്തിച്ചേർന്നാൽ വഴിതെറ്റിപ്പോകുക പതിവാണ്. എത്ര ബുദ്ധിമുട്ടിയാലും തിരിച്ചുവരുമ്പോൾ കൈ നിറയെ പൂക്കളും ഫലങ്ങളും അപൂർവങ്ങളായ ഇലകളും മറ്റും കാണും. ആൻ സളിവന് മറ്റെന്തെങ്കിലും തിരക്കുള്ള അവസരത്തിൽ കൊച്ചനുജത്തി മിൽഡ്രഡിനോടും മറ്റുകൊച്ചുകൂട്ടുകാരോടും ഒപ്പം കായ്കനികൾ ശേഖരിക്കുന്നതിനായി വനത്തിൽ പോകും. മണവും മധുരവുമുള്ള കാട്ടുകനികൾ ഹെലൻ വളരെയധികം ഇഷ്ടപ്പെട്ടു.

ഹെലനും തന്റെ പ്രിയപ്പെട്ട കുതിര 'ബ്ലാക് ബ്യൂട്ടി'യും

ഹെലന്റെ പിതാവിന്റെ ശരത്കാല വസതിയുടെ സമീപത്തുള്ള മലയടിവാരത്തിലൂടെ ഒരു തീവണ്ടിപ്പാത നീണ്ടു കിടന്നിരുന്നു. അതിലൂടെ തീവണ്ടി കൂകിപ്പായുന്നത് ഹെലനും കൂട്ടുകാരും നോക്കി നിൽക്കും. തീവണ്ടിയുടെ ചൂളം വിളിയും റെയിൽപാളത്തിൽ കന്നുകാലികൾ അലഞ്ഞു നടക്കുന്നതും എല്ലാം മിൽഡ്രഡ് ചേച്ചിക്ക് വിശദമാക്കിക്കൊടുക്കും. അവരുടെ താമസസ്ഥലത്തിനും ഏകദേശം ഒരു മൈൽ അകലെയായി ഒരു റെയിൽപ്പാലം ഉണ്ട്. അതിന്റെ മുകളിലൂടെയുള്ള യാത്ര വളരെ അപകടം പിടിച്ച ഒന്നായിരുന്നു. അനുജത്തിയും കൂട്ടുകാരുമൊത്ത് വനത്തിൽ അലഞ്ഞുനടന്നിരുന്ന വേളയിൽ ഒരിക്കൽ വഴിതെറ്റിപ്പോയി. അന്നാണ് ആ പാലത്തിലൂടെ നടക്കാൻ ഇടയായത്. ദൂരെ നിന്നേ പാലം കണ്ടപ്പോൾ മിൽഡ്രഡ് വിളിച്ചു കൂവി! "അതാ പാലം" വഴിതെറ്റി, നേരവും വൈകി. ഇനി ഈ പാലത്തിലൂടെ നടന്ന് വീട്ടിലെത്താൻ നോക്കുകയല്ലാതെ വേറെ ഗത്യന്തരമൊന്നുമില്ല. ഹെലന് അൽപ്പം പോലും ഭയം തോന്നിയില്ല. അവൾ തപ്പിപ്പിടിച്ച് പാലത്തിനുമുകളിലൂടെ നേരെ നടന്നു. അപ്പോഴേയ്ക്കും അനുജത്തിക്ക് പാഞ്ഞു വരുന്ന തീവണ്ടിയുടെ ശബ്ദം കേൾക്കാൻ കഴിഞ്ഞു. അവൾ വിളിച്ചു പറഞ്ഞു "എനിക്കു കാണാൻ സാധിക്കുന്നുണ്ട്. അതാ തീവണ്ടി ഇങ്ങടുത്തു കഴിഞ്ഞു. വണ്ടിയുടെ കട കട ശബ്ദം വ്യക്തമായി കേൾക്കാം. പാലത്തിന്റെ

കുലുക്കം മനസിലാകുന്നില്ലേ?" അവൾ ഒച്ചവെച്ചുകൊണ്ടിരുന്നു. അനിയത്തിയുടെ ബഹളം എന്തിനാണെന്ന് ഹെലന് മനസിലായി. അവൾ ഉടനെ തന്നെ പാലത്തിന്റെ ഒരു വശത്തുകൂടെ താഴെയ്ക്ക് ഇറങ്ങിനിന്നു. അവളുടെ തലയ്ക്കുമുകളിലൂടെ തീവണ്ടി ഇരമ്പിപ്പാഞ്ഞു പോയി. വണ്ടിയിൽ നിന്നും പുറത്തേക്ക് വമിച്ച ചൂട് ഹെലന് ശരിക്കും അനുഭവപ്പെട്ടു. പുകയും കരിയും ഹെലന്റെ കണ്ണിലും മൂക്കിലും ചെവിയിലും എല്ലാം അടിച്ചുകയറി. പാലത്തിന്റെ കുലുക്കം ഹെലനെ വല്ലാതെ ഭയപ്പെടുത്തി. അതുവരെ ഉണ്ടായിരുന്ന ധൈര്യമെല്ലാം പെട്ടെന്നു ചോർന്നു പോയി. താഴ്‌വരയിലെ അഗാധതയിലേയ്ക്ക് ആണ്ടു പോയില്ലല്ലോ എന്നതു മാത്രമാണ് അവളെ അൽപ്പമെങ്കിലും ആശ്വസിപ്പിച്ചത്. വളരെയധികം പണിപ്പെട്ട് ഇഴഞ്ഞു വലിഞ്ഞ് ഒരുവിധം റെയിൽപ്പാളത്തിൽ പിടിച്ചു കയറി. പിന്നെ ഒരു പാച്ചിലായിരുന്നു. അനിയത്തി ഹെലന്റെ കൈയും പിടിച്ചുകൊണ്ട് ഓടി. ഇരുട്ടു പരക്കുന്നതിനു മുമ്പായി വീട്ടിലെത്തി എന്നു പറഞ്ഞാൽ മതിയല്ലോ. ഇത്രമാത്രം സാഹസപ്പെട്ട് വീട്ടിൽ എത്തിയപ്പോൾ അവിടത്തെ സ്ഥിതിയെന്താണ്? വീട് ശൂന്യം! എല്ലാവരും കൂടി കുട്ടികളെ അന്വേഷിച്ചു പോയതാണ്. വൈകുന്നേരമായിട്ടും കുട്ടികളെ കാണാതെ സകലരും പരിഭ്രമിച്ചു. നാനാദിക്കുകളിലേക്കും ആളെ വിട്ടു. കുട്ടികൾ ആപത്തൊന്നും കൂടാതെ തിരിച്ചെത്തി എന്നറിഞ്ഞപ്പോഴാണ് ഏവർക്കും സമാധാനമായത്.

11
ഹിമപാതങ്ങളുടെ ശൈത്യകാലം

ബോസ്റ്റണിലെ ആദ്യസന്ദർശനത്തിനുശേഷം മിക്കവാറും എല്ലാ ശൈത്യകാലവും ഹെലൻ വടക്കൻനാടുകളിലാണ് കഴിച്ചുകൂട്ടിയിരുന്നത്. വൃക്ഷങ്ങളുടെ ഇലകൾ മുഴുവൻ കൊഴിഞ്ഞു. തടാകങ്ങളിൽ മഞ്ഞ് ഉറഞ്ഞു കിടക്കുന്നു. വയലുകളും മഞ്ഞുമൂടി. ഈ കാഴ്ചകളാണ് കാലാവസ്ഥയുടെ, പ്രത്യേകിച്ച് ശൈത്യകാലത്തിന്റെ വിശേഷരഹസ്യ ങ്ങളെക്കുറിച്ച് അറിയാൻ ഹെലനെ സഹായിച്ചത്.

ശൈത്യത്തിന്റെ കാഠിന്യത്തിൽ ഭൂമി മിക്കവാറും നിർജീവമായി എന്നു പറയാം. ഇടയ്ക്കു വല്ലപ്പോഴും സൂര്യപ്രകാശം പ്രത്യക്ഷപ്പെടാ റുണ്ടായിരുന്നെങ്കിലും തണുപ്പിനു തന്നെയായിരുന്നു മുൻതൂക്കം. പുൽമേ ടുകളും കുറ്റിച്ചെടികളും എല്ലാം മഞ്ഞുമൂടിക്കിടന്നു. തണുത്തുറഞ്ഞ അന്തരീക്ഷം സ്ഥിരമായി നിൽക്കുന്നതു കണ്ടപ്പോൾ ഹിമപാതം ഉണ്ടാ കുമോ എന്ന സംശയം എല്ലാവരേയും ഭയപ്പെടുത്തി. ഹെലൻ ആദ്യത്തെ മഞ്ഞുവീഴ്ചയുടെ രസം ആസ്വദിക്കുന്നതിനുവേണ്ടി പുറത്തിറങ്ങി നിന്നു. ചിലപ്പോഴെല്ലാം ശാന്തവും നിശ്ശബ്ദവുമായ മഞ്ഞുവീഴ്ച ഉണ്ടായിക്കൊ ണ്ടിരുന്നു. ഭൂമി നിമ്നോന്നതമായ ഒരവസ്ഥയിൽ ആയിത്തീർന്നു. മഞ്ഞു വീഴ്ച കൂടിക്കൂടി വന്നു. നേരം വെളുത്തപ്പോൾ വീടിനു ചുറ്റും യാതൊന്നും തിരിച്ചറിയാൻ വയ്യ, വീടും മുറ്റവും നടപ്പാതയും മുന്നിലുള്ള കാടും പിന്നിലുള്ള തടാകവും എല്ലാം മഞ്ഞുമൂടി. പുറത്തിറങ്ങാൻ വയ്യ, ഇടയ്ക്കിടയ്ക്ക് വീശുന്ന കാറ്റ്, ഇതിനെല്ലാം പുറമേ, ചിലയിടങ്ങളിൽ മഞ്ഞുമലകൾ സൃഷ്ടിച്ചുകൊണ്ടിരുന്നു. വൈകുന്നേരത്തോടെ വടക്കു കിഴക്കൻ ഭാഗത്തുനിന്നും അതിശക്തമായ കാറ്റുവീശി. മഞ്ഞ് നാനാ ദിക്കിലും ചിതറിത്തെറിച്ചുകൊണ്ടിരുന്നു. ഹെലനെ അകത്തു പിടിച്ചിരു ത്താൻ അമ്മയും ടീച്ചറും പാടുപെട്ടു. എല്ലാവരും ഭയപ്പെടുമ്പോഴും

അവൾക്കതൊരു ആഘോഷമായിരുന്നു. അതിശക്തമായ കാറ്റ് കുറെ നേരം നീണ്ടുനിന്നതിന്റെ ഫലമായി മഞ്ഞ് ഒരു പരിധി വരെ അവിടെ നിന്നും നാനാവഴിക്ക് പറന്നുപോയി.

അതുവരെ വീടിനകത്ത് അടിഞ്ഞിരുന്നവർ പുറത്തിറങ്ങാൻ തുടങ്ങി. പ്രകൃതി ചുറ്റുപാടുകളെ മഞ്ഞുകൊണ്ട് കഴുകിയെടുത്തതുപോലെ തോന്നിച്ചു. എല്ലാവരും കൂടി അഗ്നികുണ്ഡത്തിനു ചുറ്റുമിരുന്ന് വെടിവെട്ടം തുടങ്ങി. വീരകഥകളും സാഹസിക കഥകളും പൊങ്ങച്ചവും വീരസ്യവും പറഞ്ഞ് രസിച്ചിരുന്നവർക്കു പക്ഷേ, തങ്ങൾക്ക് ബാഹ്യലോകവുമായുള്ള ബന്ധം അറ്റുപോയ കാര്യം മനസിലാക്കാൻ സാധിച്ചിരുന്നില്ല. കാറ്റ് ശമിച്ചു എന്ന ആശ്വാസം അധികസമയത്തേക്കുണ്ടായില്ല. അടുത്ത മൂന്നു ദിവസം പൂർവാധികം ശക്തിയായി വലിയ സീൽക്കാരത്തോടെ കാറ്റ് ആഞ്ഞടിച്ചുകൊണ്ടിരുന്നു. വൃക്ഷങ്ങളുടെ ശിഖരങ്ങൾ ജനലിൽ ശക്തി യായി വന്നടിച്ചു. കുറച്ചുനേരം അവിടെ യുദ്ധത്തിന്റെ പ്രതീതി തന്നെ യായിരുന്നു. പിന്നെ പെട്ടെന്ന് കാറ്റ് നിലച്ചു. കാർമേഘ പടലങ്ങൾക്കിട യിലൂടെ സൂര്യൻ തലനീട്ടി. മഞ്ഞുമൂടിക്കിടന്ന പ്രദേശം പ്രകാശമാന മായി.

താൽക്കാലികാവശ്യങ്ങൾക്കായി ഒരു പാത വെട്ടിയുണ്ടാക്കിയില്ലെ ങ്കിൽ കാര്യങ്ങളൊന്നും നടക്കുകയില്ല എന്ന സ്ഥിതിയിലായി. എല്ലാവരും കൂടി വീതി കുറഞ്ഞതാണെങ്കിലും ഒരു നടപ്പാത വെട്ടിയുണ്ടാക്കി. തന്റെ കോട്ടും തൊപ്പിയും എല്ലാം ധരിച്ച് ഹെലൻ വെളിയിലേക്കിറങ്ങി. കുന്നു കുന്നായി കിടക്കുന്ന ഹിമപാളികൾക്ക് ഇടയിലൂടെ വളരെ ബുദ്ധിമുട്ടി വിശാലമായ മേച്ചിൽ സ്ഥലത്തിനടുത്തുള്ള കുറ്റിക്കാട്ടിൽ എത്തിച്ചേർന്നു. സൂര്യകിരണങ്ങൾ നേരിട്ടു പതിക്കുന്ന ഇലകൾ വൈഡൂര്യം പോലെ വെട്ടിത്തിളങ്ങി. ആ പ്രകാശത്തിന്റെ ജ്വാല ഇരുൾ മൂടിയ ഹെലന്റെ കണ്ണുകളിൽപ്പോലും തിളക്കം ഉണ്ടാക്കി. സൂര്യന്റെ പ്രഭ അത്തരത്തി ലുള്ളതായിരുന്നു.

ദിവസങ്ങൾ കഴിയുന്തോറും മഞ്ഞുമലകൾ അലിഞ്ഞുതുടങ്ങി. അതിന്റെ വലുപ്പം കുറഞ്ഞു. തടാകങ്ങളിൽ ജലം നിറഞ്ഞുതുടങ്ങി. എന്നാൽ സ്ഥിതിഗതികൾ പരിപൂർണമായി ശാന്തമാകുന്നതിനു മുമ്പു [illegible] വീണ്ടും ഒരു കൊടുങ്കാറ്റടിച്ചു. അതിന്റെ ഫലമായി വൃക്ഷങ്ങ ളിൽ അടിഞ്ഞുകൂടിയിരുന്ന മഞ്ഞ് നീങ്ങി. കാറ്റിന്റെ ശക്തികൊണ്ട് കാലി നടിയിലെ മണ്ണ് നീങ്ങുന്നതുപോലെ തന്നെ തോന്നിപ്പോയി. അപ്പോഴും മഞ്ഞുറഞ്ഞു കിടന്നിരുന്ന തടാകത്തിലും തടാക തീരത്തുമായി പുതിയ പുതിയ വിനോദങ്ങളിൽ ഏർപ്പെട്ടുകൊണ്ട് സമയം ചെലവഴിച്ച് ഓരോ നിമിഷവും ഹെലൻ ആസ്വദിച്ചു എന്നതാണ് കാര്യം.

12

'അതിന് നല്ല ചൂടുണ്ട്'

ഹെലൻ കെലർ 1888 മുതൽ 94 വരെ പെർക്കിൻസ് അന്ധവിദ്യാലയത്തിൽ പഠിച്ചു. 1890-ലെ ഒരു വസന്തകാലത്താണ് മേരി സ്വിഫ്റ്റ് ലാംസനെ ഹെലൻ കണ്ടുമുട്ടിയത്. അവരായിരുന്നു ഹെലനെ സംസാരിക്കുവാൻ പഠിപ്പിച്ചത്. അവൾ വളരെയധികം കൊതിച്ച കാര്യമായിരുന്നു അത്. ആശയവിനിമയം നടത്തുമ്പോൾ എന്തെങ്കിലും ശബ്ദം കൂടി പുറത്തേക്ക് വരുത്തണം എന്ന ആഗ്രഹം ഹെലനെ വളരെ ശക്തമായി അലട്ടിക്കൊണ്ടിരുന്ന ഒന്നായിരുന്നു. മറ്റുള്ളവരുടെ ചുണ്ടിലും തൊണ്ടയിലും തൊട്ടാൽ അവർ പറയുന്നതു മനസിലാക്കുവാൻ ഹെലനു സാധിക്കുമായിരുന്നു. ഒരു കൈകൊണ്ടു ചുണ്ടിന്റെ ചലനങ്ങൾ സ്പർശിച്ചറിഞ്ഞു. മറ്റേ കൈകൊണ്ടു തൊണ്ടയ്ക്കു പിടിച്ചും പതിവായി ശബ്ദം പുറപ്പെടുവിക്കുവാൻ അവൾ ശ്രമിച്ചുകൊണ്ടിരുന്നു. ശബ്ദം പുറപ്പെടുവിക്കുവാൻ കഴിവുള്ള എന്തിനോടും ഹെലന് സ്നേഹമായിരുന്നു. പട്ടി കുരയ്ക്കുന്നതും പൂച്ച കരയുന്നതും എല്ലാം ഹെലനെ സന്തോഷിപ്പിച്ചു. പാട്ടു പാടുന്ന ആളുടെ തൊണ്ടയിലായിരിക്കും ഹെലന്റെ വിരലുകൾ. അതുപോലെ സംഗീതോപകരണങ്ങളും അവൾക്ക് പ്രിയപ്പെട്ടതായിരുന്നു. കാഴ്ചയും കേഴ്വിയും നഷ്ടപ്പെടുന്നതിനുമുമ്പ് ഹെലൻ പലവിധത്തിലുള്ള ശബ്ദങ്ങളും പുറപ്പെടുവിച്ചിരുന്നു. എന്നാൽ രോഗബാധയ്ക്കുശേഷം അവളുടെ തൊണ്ടയിൽനിന്നും അർഥമുള്ള ശബ്ദങ്ങൾ പുറത്തുവരാൻ വളരെ ബുദ്ധിമുട്ടി.

കുട്ടിയായിരിക്കുമ്പോൾ തന്നെ അമ്മയുടെ മടിയിൽ കയറി ഇരുന്ന്, അവർ സംസാരിക്കുമ്പോൾ ചുണ്ടുകൾക്കുണ്ടാകുന്ന ചലനങ്ങൾ ശ്രദ്ധിക്കുമായിരുന്നു. സംസാരിക്കുന്നത് എങ്ങനെയാണെന്ന് അവൾക്ക് തീരെ അറിയാതിരുന്ന ഒരുകാലത്തുപോലും ഹെലൻ ചുണ്ടുകൾ ചലിപ്പിക്കു

മായിരുന്നു. സംസാരിക്കുവാൻ ആരംഭിക്കുന്നതിനുമുമ്പ് വോക്കൽ കോർഡുകൾക്ക് വേണ്ട വ്യായാമവും പരിശീലനവും കൊടുക്കാതിരുന്നതു കൊണ്ടാണ് ഇത്തരത്തിലുള്ള വലിയ പരാജയം നേരിടേണ്ടിവന്നത് എന്ന് മനസിലായത് വളരെക്കഴിഞ്ഞാണ്. ആദ്യകാലത്ത് ഹെലന് മറ്റുകുട്ടികളെപ്പോലെ ഒച്ചവച്ച് ചിരിക്കാനും കരയാനും മാത്രമേ കഴിഞ്ഞിരുന്നുള്ളൂ. ചിട്ടയായ പരിശീലനത്തിലൂടെ പലതരത്തിലുള്ള ശബ്ദങ്ങളും അവർ പുറപ്പെടുവിച്ചുകൊണ്ടിരുന്നു. എന്നാൽ അത് ആശയവിനിമയത്തിന് ഉള്ളതായിരുന്നില്ല. എന്തെങ്കിലും വിധത്തിലുള്ള ശബ്ദങ്ങൾ പുറപ്പെടുവിക്കാൻ കെൽപ്പ് ഉണ്ടാക്കിയെടുക്കാൻ ഉള്ള ശ്രമം എന്നുമാത്രം. 'വാട്ടർ' എന്നു പറയാൻ ഉദ്ദേശിച്ചുകൊണ്ട് വാ തുറന്നാൽ 'വാ...വാ....' എന്ന ശബ്ദം പുറപ്പെടുവിക്കുവാൻ മാത്രമേ ഹെലന് സാധിച്ചിരുന്നുള്ളൂ. ആ വാക്ക് ഉച്ചരിക്കുവാൻ, വളരെ സമയം ചെലവഴിച്ച് ടീച്ചർ പഠിപ്പിച്ചതിനു ശേഷമാണ് സാധിച്ചത്. വിരലുകൊണ്ട് അക്ഷരം എഴുതാനും അതു മനസിലാക്കാനും സാധിച്ചതിനുശേഷം മാത്രമാണ് വാക്കുകൾ ഉച്ചരിക്കുന്ന രീതി പരിശീലിക്കുവാൻ തുടങ്ങിയത്. ആശയവിനിമയത്തിനു വേണ്ടി ചില ശബ്ദങ്ങൾ എല്ലാം പുറപ്പെടുവിക്കുവാൻ സാധിച്ചിരുന്നു, എങ്കിലും മറ്റുള്ളവരുടെ സംഭാഷണരീതി തന്റേതിൽനിന്നും വളരെ വ്യത്യസ്തമാണെന്ന കാര്യം ഹെലന് നല്ല ബോധ്യമുണ്ടായിരുന്നു. ആശയവിനിമയത്തിന് തനിക്കുള്ള കഴിവ് വളരെ പരിമിതമാണെന്നും അവൾക്ക് അറിയാമായിരുന്നു. 'മാനുവൽ അക്ഷരമാല'യെ മാത്രം ആശ്രയിച്ചിരുന്നവർക്ക് ആശയപ്രകടനത്തിനുള്ള സ്വാതന്ത്ര്യത്തിന്റെ അഭാവം അനുഭവപ്പെടുമായിരുന്നു. ഈ കുറവ്, ഏതു വിധത്തിലായാലും വേണ്ടില്ല, എന്തായാലും പരിഹരിച്ചിരിക്കണം.

തന്റെ വൈകല്യങ്ങളെയെല്ലാം മറന്നുകൊണ്ട് എല്ലായ്പ്പോഴും ശബ്ദം പുറപ്പെടുവിക്കാനും ചിരിക്കാനും ഹെലൻ ശ്രമിച്ചു. സംസാരിക്കുക എന്ന ജീവിതാഭിലാഷത്തെ കെടാത്ത അഗ്നിയായി അവൾ മനസിൽ കൊണ്ടുനടന്നു. ഹെലൻ ഈ കാര്യത്തിൽ പരാജയപ്പെടുമോ, അതവളെ കൂടുതൽ നിരാശയിൽ ആഴ്ത്തുമോ എന്ന ഭയം അവളുടെ സ്നേഹിതരെ നിരന്തരം അലട്ടിക്കൊണ്ടിരുന്നു. ഹെലൻ പിന്മാറാൻ ഒരുക്കമായിരുന്നില്ല. ആ അവസരത്തിലാണ് ബധിരയും അന്ധയുമായ ഒരു നോർവേക്കാരി കുട്ടി കഠിനശ്രമങ്ങളുടെ ഫലമായി സംസാരിക്കുവാൻ പഠിച്ചു എന്നൊരു വാർത്ത ഹെലൻ കേട്ടത്. ആ വാർത്ത ഹെലന്റെ മനസിൽ വല്ലാത്ത ചലനം സൃഷ്ടിച്ചു. അവളാകെ അസ്വസ്ഥയായി. മിസ്സ്. ഫുള്ളറിനെ കണ്ട് ഉപദേശം സ്വീകരിക്കുന്നതിനായി പോകുന്നതുവരെ ആ മാനസികാസ്വാസ്ഥ്യം നിലനിന്നു. മിസ്സ്. ഫുള്ളർ ബധിരരും മൂകരുമായ വിദ്യാർഥികൾ പഠിക്കുന്ന സ്പെഷ്യൽ സ്കൂളിൽ മേധാവിയായിരുന്നു. അവർ ഹെലന്റെ ഉത്തരവാദിത്വം ഏറ്റെടുക്കുവാൻ തയാറായി. അങ്ങനെ 1890–ൽ മിസ്സ് ഫുള്ളറുടെ ശിക്ഷണത്തിൽ ഹെലൻ സംസാരം അഭ്യസിക്കുവാൻ തുടങ്ങി.

മിസ്സ്. ഫുള്ളറിന്റെ അഭ്യസനരീതി ഹെലനും ആൻ സളിവനും വളരെ ഇഷ്ടമായിരുന്നു. ഒരു ശബ്ദം ഉച്ചരിക്കുമ്പോൾ നാവിനും ചുണ്ടിനും ഉണ്ടാകുന്ന ചലന വ്യത്യാസങ്ങൾ മനസിലാക്കുവാൻ ഹെലന്റെ കൈപിടിച്ച് അവരുടെ നാവിലും ചുണ്ടിലും തടവിക്കുമായിരുന്നു. ഓരോ ചലനവും അനുകരിക്കുവാൻ ഹെലൻ വളരെയധികം താൽപ്പര്യം കാണിച്ചു. ഒരു മണിക്കൂർകൊണ്ട് ആറേഴു വാക്കുകൾ സംസാരിക്കുവാൻ ഹെലൻ പഠിച്ചുപോന്നു. പതിനൊന്ന് രീതിയിലുള്ള പാഠങ്ങളായാണ് പുതിയ അധ്യാപിക പഠിപ്പിച്ചുപോന്നത്. ആദ്യമായി ഒരു പൂർണമായ വാചകം പറയാൻ പഠിച്ചപ്പോൾ ഹെലനുണ്ടായ ആനന്ദം പറഞ്ഞറിയിക്കാൻ വയ്യാത്ത അത്രയ്ക്കായിരുന്നു. 'അതിന് നല്ല ചൂടുണ്ട്' എന്ന വാചകം ഹെലൻ ആദ്യമായി പറഞ്ഞത് ഏതാണ്ട് കേൾവിശക്തി ഉള്ളവർ പറയുന്നപോലെ തന്നെ ആയിരുന്നു.

ഒരിക്കലും മനുഷ്യഭാഷ കേൾക്കാത്ത ഒരു കുട്ടി നിരന്തരമായ പരിശീലനംകൊണ്ട് വാക്കുകളും ചെറുതാണെങ്കിലും വാചകങ്ങളും ഉച്ചരിക്കുമ്പോൾ ഉണ്ടാകുന്ന ആനന്ദലഹരി അനുഭവിച്ചറിയുവാൻ മാത്രമേ സാധിക്കൂ! ആദ്യമായി തന്റെ വായിൽനിന്നും ഒരു വാക്ക് പുറത്തുവന്നപ്പോൾ, ഒരു കണ്ടുപിടുത്തം നടത്തിയ ശാസ്ത്രജ്ഞന്റെ സന്തോഷമായിരുന്നു ഹെലന്. അവൾക്ക് പാവകളോടും പറവകളോടും കല്ലിനോടും പുല്ലിനോടും വൃക്ഷങ്ങളോടും വള്ളികളോടും എന്നു വേണ്ട സർവചരാചരങ്ങളോടും സംസാരിക്കുവാൻ കൊതി തോന്നി. ആ മനസിന്റെ വെമ്പൽ തടുക്കാനാവാത്തതായിരുന്നു. ഹെലന്റെ വിളികേൾക്കുമ്പോൾ മിൽഡ്രഡ് ഓടിയെത്തുന്നു. അവൾ ചേച്ചിയുടെ വിളിക്ക് കാതോർക്കുന്നു. പട്ടി ഹെലന്റെ വാക്കുകളാലുള്ള ആജ്ഞ ശിരസാവഹിക്കുന്നു. ഇതെല്ലാം ഹെലനിൽ അളവറ്റ ആനന്ദം അങ്കുരിപ്പിച്ചു. ആത്മവിശ്വാസം വർധിപ്പിച്ചു.

കഷ്ടിച്ച് സംഭാഷണത്തിന്റെ ആദ്യപാഠങ്ങൾ പഠിക്കാമെന്നായി. അല്ലാതെ ശരിയായി സംസാരിക്കുവാൻ എന്നിട്ടും ഹെലന് സാധിച്ചില്ല. ഹെലൻ പറയുന്ന കാര്യങ്ങൾ ആൻ സളിവനും മിസ്സ്. ഫുള്ളറും കൃത്യമായി മനസിലാക്കിയിരുന്നു. നൂറുവാക്ക് പറഞ്ഞാൽ അതിൽ ആറു വാക്കു മാത്രമേ മറ്റുള്ളവർക്ക് മനസിലാക്കിയെടുക്കുവാൻ സാധിച്ചിരുന്നുള്ളൂ. എങ്കിലും സംഭാഷണത്തിന്റെ ബാലപാഠങ്ങൾ തനിക്കു വഴങ്ങാൻ തുടങ്ങിയതോടെ തുടർന്നുള്ള പരിശീലനങ്ങൾ സ്വയമേവ നിർവഹിക്കാൻ തയാറായി. എങ്കിലും എന്നും എല്ലാക്കാര്യത്തിലും ആൻ സളിവന്റെ സഹായം തേടിക്കൊണ്ടിരുന്നു. ആൻ, ആകട്ടെ ഹെലന്റെ പോരായ്മകൾ നന്നായി മനസിലാക്കിയിരുന്നതുകൊണ്ട് തക്ക സമയത്ത് അവളെ സഹായിക്കുവാൻ തയാറായിപ്പോന്നു. അവരുടെ ജീവിതത്തിന്റെ അടിസ്ഥാനം തന്നെ സ്നേഹമായിരുന്നല്ലോ. സ്നേഹത്തിൽ അധിഷ്ഠിതമായ കഠിനശ്രമത്തിലൂടെ കെട്ടിപ്പൊക്കിയ ഒരു ജീവിതം എന്നുപറയാം.

നിരന്തരമായ കഠിനാധ്വാനത്തിന്റെ ഫലമായി അവസാനം അടുത്ത ബന്ധുക്കൾക്കും സുഹൃത്തുക്കൾക്കും മനസിലാകുന്ന രീതിയിൽ

സംസാരിക്കുവാൻ ഹെലൻ ശീലിച്ചു. ഓരോ ശബ്ദവും വ്യക്തമായി ഉച്ചരിക്കുവാനും ചെറിയ വാക്കുകൾ കൂട്ടിച്ചേർത്ത് കൊച്ചുകൊച്ചു വാചകങ്ങൾ നിർമിക്കുവാനും സാധിച്ചു. ഇതിനിടയിൽ ഉണ്ടാകുന്ന തെറ്റുകൾ അപ്പപ്പോൾ തിരുത്തുന്നതിന് സദാ ജാഗരൂകയായി സ്നേഹസമ്പന്നയായ അധ്യാപിക ചാരത്തുണ്ടായിരിക്കും.

ആദ്യകാലത്ത് സംസാരിക്കുമ്പോൾ ടീച്ചറുടെ ചുണ്ടുകളുടെ ചലനങ്ങൾ മനസിലാക്കുന്നതിന് വിരലുകളുടെ സഹായം മാത്രമാണ് ഉണ്ടായിരുന്നത്. തൊണ്ട, വായ എന്നിവയുടെ ചലനങ്ങൾ മനസിലാക്കുന്നതിനും മുഖത്തെ ഭാവവ്യത്യാസങ്ങൾ അറിയുന്നതിനും സ്പർശനേന്ദ്രിയം കൂടുതൽ ഉപയോഗിക്കേണ്ടിവന്നു. പലപ്പോഴും അതിൽ തെറ്റുപറ്റുമായിരുന്നു.

ഏതൊരു പുതിയ വാക്കു പറയുവാൻ ശീലിക്കാനും ആവർത്തിച്ചുള്ള അഭ്യസനം ആവശ്യമായി വന്നു. ഉച്ചാരണശുദ്ധി കൈവരുത്തുന്നതുവരെ പരിശീലനം, പരിശീലനം എന്നൊരു ചിന്തമാത്രമേ ആ കുട്ടിക്ക് ഉണ്ടായിരുന്നുള്ളൂ. ഇടയ്ക്കു പലപ്പോഴും നിരാശയുടെ അഗാധമായ ഗർത്തത്തിലേക്ക് ആണ്ടുപോകും. അടുത്ത നിമിഷം തന്നെ അതിൽ നിന്നും കരകയറുവാൻ ശ്രമിക്കും. അവളിൽ ആത്മവിശ്വാസം നിറയും. അത് അവളെ മുമ്പോട്ടു നയിക്കും.

'എന്റെ അനുജത്തിക്ക് ഇപ്പോൾ കാര്യങ്ങൾ എല്ലാം മനസിലാകുന്നുണ്ട്' എന്ന ചിന്ത അവളെ പ്രയാസങ്ങൾ തരണം ചെയ്യുവാൻ പ്രേരിപ്പിച്ചുകൊണ്ടിരുന്നു.

ഏറ്റവും സന്തോഷത്തോടുകൂടി ഹെലൻ സദാ പറഞ്ഞുകൊണ്ടിരുന്ന ഒരു വാചകമാണ് 'ഞാൻ ഇപ്പോൾ ബധിരയല്ല' എന്നത്. അമ്മയോട് തനിക്ക് സംസാരിക്കുവാൻ സാധിക്കും എന്ന ഒരവസ്ഥയിൽ എത്തിച്ചേർന്ന നാൾ മുതൽ നിരാശ ഹെലന്റെ ജീവിതത്തിൽ എത്തിനോക്കിയിട്ടില്ല. എന്തു കാര്യം മനസിൽ തോന്നിയാലും അത് അമ്മയോട് പറയുകയും ചെയ്യും. പറഞ്ഞ കാര്യങ്ങൾ അമ്മയ്ക്ക് മനസിലായി എന്ന് തനിക്ക് ബോധ്യമാകുന്നതുവരെ അവൾ അസ്വസ്ഥയായിരിക്കുകയും ചെയ്യും. അമ്മയുടെ മറുപടി ചുണ്ടിന്റെയും മറ്റും ചലനത്തിൽനിന്നും മനസിലാക്കാൻ സാധിച്ചതോടുകൂടി, ഹെലൻ ഏറ്റവും ആനന്ദവതിയായിത്തീർന്നു.

വിരലുകൊണ്ട് എഴുതി ഫലിപ്പിക്കുന്നതിനേക്കാൾ എത്രയോ എളുപ്പവും കൂടുതൽ വ്യക്തവുമാണ് സംസാരിക്കുന്നത്. അതുകൊണ്ട് അൽപ്പാൽപ്പമായി സംസാരിക്കുവാൻ തുടങ്ങിയതോടുകൂടി വിരലുകൊണ്ട് എഴുതുന്ന രീതി നിശ്ശേഷം അവസാനിപ്പിച്ചു. ആശയഗ്രഹണത്തിന് സംസാരം തന്നെയാണല്ലോ ഏറ്റവും ഉചിതമായ മാർഗം. എഴുതാൻ സമയം കൂടുതൽ വേണം. മനസിലാക്കാൻ ബുദ്ധിമുട്ടുമാണ്.

ഒരുവിധം സംസാരിക്കാമെന്നായപ്പോൾ ഹെലന് വീട്ടിൽ പോകണം എന്ന ആഗ്രഹം ഉടലെടുത്തു. താൻ കാത്തുകാത്തിരുന്ന ആഹ്ലാദകര

മായ ആ മുഹൂർത്തം വന്നു ചേർന്നു. അങ്ങനെ അധ്യാപികയും പ്രിയ ശിഷ്യയും വീട്ടിലേക്കു തിരിച്ചു. യാത്രാവേളയിൽ ആൻ സളിവനോട് നിരന്തരം സംസാരിച്ചുകൊണ്ടിരിക്കുകയായിരുന്നു ഹെലൻ. തന്റെ കഴിവ് ഉറപ്പുവരുത്തുക എന്നതായിരുന്നു നിർത്താതെയുള്ള സംസാരത്തിന്റെ ലക്ഷ്യം. വർത്തമാനം പറഞ്ഞുകൊണ്ട് ഇരിക്കുമ്പോൾ ഇറങ്ങേണ്ട സ്ഥല മെത്തിയത് അറിഞ്ഞതേയില്ല. അവരെ സ്വീകരിക്കുവാൻ വീട്ടിൽ നിന്നും സകലരും എത്തിയിരുന്നു.

അമ്മയ്ക്ക് മകളെ കണ്ടപ്പോൾ കണ്ണുനീർ നിയന്ത്രിക്കുവാൻ സാധി ച്ചില്ല. അവർ പ്രിയ പുത്രിയെ മാറോടണച്ച് പുണർന്നു. കൊച്ചനുജത്തിക്ക് ആഹ്ലാദം അടക്കാനായില്ല. അവൾ ചേച്ചിയുടെ കൈപിടിച്ച് ചുംബിച്ചു കൊണ്ട് തുള്ളിച്ചാടി. അച്ഛന് ഹെലനോടുള്ള വാത്സല്യം പ്രകടിപ്പിക്കേ ണ്ടത് എങ്ങനെയെന്ന് അറിയുകയില്ലായിരുന്നു.

13

ഒരു കഥ ജനിക്കുന്നു

വിധി വരുത്തിവച്ച കഷ്ടപ്പാടുകൾക്കും പ്രതിസന്ധികൾക്കും പുറമേ ഹെലന്റെ ജീവിതത്തിൽ ധാരാളം കല്ലുകടികൾ വേറെയും ഉണ്ടായി. പതിനൊന്നാമത്തെ വയസിൽ എഴുതിയ *മഞ്ഞുരാജാവ് (ദ ഫ്രോസ്റ്റ് കിങ്)* എന്ന കഥയാണ് ആദ്യത്തെ വില്ലൻ. ഈ കഥ പെർക്കിൻസ് ഇൻസിസ്റ്റിറ്റ്യൂട്ട് ഡയറക്ടർ മൈക്കൽ അനാഗ്നോസിന് പിറന്നാൾ സമ്മാനമായി അയച്ചു കൊടുത്തു.

മൈക്കൽ അനാഗ്നോസ് ആനന്ദഭരിതനായി. സാഹിത്യ ചരിത്രത്തിൽ ഈ കഥയ്ക്കുള്ള പ്രാധാന്യം ഊന്നിപ്പറഞ്ഞുകൊണ്ട് ആ കഥ ഒരു മാസികയിൽ പ്രസിദ്ധീകരിച്ചു.

ഹെലൻ വീട്ടിൽ താമസിച്ചിരുന്ന ഒരു കാലത്തായിരുന്നു ആ കഥ എഴുതിയത്. അതും ഒരുവിധം നന്നായി സംസാരിക്കുവാൻ ശീലിച്ചതിനു ശേഷം. ആ അവസരത്തിൽ കൂടുതൽ സമയം ചെലവഴിച്ചത് മലമുകളിലായിരുന്നു. അവിടത്തെ പ്രകൃതി, പ്രത്യേകിച്ച് വൃക്ഷങ്ങൾ എത്രമാത്രം സുന്ദരമായിരുന്നു എന്ന് ടീച്ചർ വിശദീകരിച്ചു മനസിലാക്കി കൊടുത്തിരുന്നു. ആ വർണനകൾ ഹെലനെ വല്ലാതെ സ്വാധീനിച്ചു. താൻ ചെറിയ കുട്ടിയായിരുന്ന സമയത്ത് വായിച്ചു കേട്ട, അബോധ മനസിൽ തങ്ങിക്കിടന്നിരുന്ന ഒരു കഥ ഓർത്തെടുക്കുവാൻ ഈ സംഭവം സഹായിച്ചു. ചുരുക്കത്തിൽ ആ അവസരത്തിലാണ് ഒരു കഥയ്ക്കുള്ള ഇതിവൃത്തം വീണുകിട്ടുന്നത്. ആശയങ്ങൾ തന്റെ കൈപ്പിടിയിൽനിന്നും അകന്നുപോകുന്നതിനുമുമ്പായി കഥയെഴുതാൻ തീരുമാനിച്ചു. വാക്കുകളും വാചകങ്ങളും ഇഴമുറിയാതെ കടന്നുവന്നു. ഹെലന് എഴുത്ത് ആനന്ദദായകമായ ഒരു അവസ്ഥയായി മാറി. ആശയങ്ങൾ വിരൽത്തുമ്പിൽ നൃത്തം ചെയ്തു. തിരുത്തലും മാറ്റം വരുത്തലും എല്ലാം മനസിൽവച്ചു നടന്നു.

ആലോചിച്ചു തയാറാക്കിയ വാക്യങ്ങൾ ഓരോന്നായി 'ബ്രെയിലി ബോർഡി' (Braille Board)ൽ എഴുതിവച്ചു. കഥയുടെ ആശയങ്ങളും വാചകങ്ങളും ഒന്നിനു പിറകേ ഒന്നായി അനായാസേന കടന്നുവന്നിരുന്നെങ്കിലും അവയെല്ലാം താൻ മുമ്പ് എവിടെയൊക്കെയോ വച്ച് അറിഞ്ഞിരുന്നതാണെന്ന് തോന്നിയിരുന്നു. എന്നാൽ സ്വന്തമല്ലെന്ന് തീർത്തു പറഞ്ഞുകൂടതാനും. ഈ ആശയങ്ങളും മറ്റും എടുത്തുപയോഗിക്കുന്നതിൽ എന്തെങ്കിലും ഒരപാകതയുണ്ടെന്ന് തോന്നിയിരുന്നില്ല. താൻ മുമ്പ് വായിച്ചറിഞ്ഞിട്ടുള്ള പല കഥകളും തന്നെ സ്വാധീനിച്ചിട്ടുണ്ട്. എന്തായാലും ആദ്യത്തെ കഥ എഴുതിത്തീർന്നപ്പോൾ സന്തോഷിച്ചെങ്കിലും ടീച്ചർ എന്തഭിപ്രായമാണ് പറയുക എന്ന ഉൽക്കണ്ഠയോടുകൂടി വായിച്ച് കേൾപ്പിച്ചു. ചില ചില ഭാഗങ്ങൾ വായിക്കുമ്പോൾ ഹെലന്റെ കണ്ണുകൾ ആനന്ദംകൊണ്ടു തിളങ്ങി. തെറ്റുപറ്റിയ ഭാഗങ്ങൾ തിരുത്താൻ കാലതാമസം വന്നപ്പോൾ അതിൽ വല്ലാതെ അസ്വസ്ഥയായി. അച്ഛനും അമ്മയും മറ്റുകുടുംബാംഗങ്ങളും എല്ലാം ഒന്നിച്ചിരിക്കുന്ന ഭക്ഷണവേളയിൽ അതു വായിച്ചു കേൾപ്പിച്ചു. കൊച്ചുഹെലൻ എത്ര ഭംഗിയായി കഥയെഴുതിയിരിക്കുന്നു എന്നു വിചാരിച്ച് ഓരോരുത്തരും അഭിമാനം കൊണ്ടു. 'ഇതുപോലൊരു കഥ എവിടെയോ കേട്ടിട്ടില്ലേ?' ആരോ ഒരാൾ ഇത്തരം ഒരഭിപ്രായം പ്രകടിപ്പിക്കുകയും ചെയ്തു.

ഈ സംശയം ഹെലനെ ആശ്ചര്യപ്പെടുത്തി. ഇത്തരത്തിലുള്ള ഒരു കഥ തന്നെ ആരും വായിച്ചു കേൾപ്പിച്ചതായി ഹെലന് തോന്നിയില്ല. അങ്ങനെ ഒരു നേരിയ ഓർമപോലും ഹെലന് ഉണ്ടായിരുന്നില്ല. "ഏയ്, ഇല്ല! ഇത് എന്റെ കഥയാണ്! എന്റെ മാത്രം! ഇത് ഞാൻ അനാഗ്നോസിനു വേണ്ടി എഴുതിയ കഥയാണ്. എന്റെ മാത്രം കഥ!" എന്ന് അവൾ സമാധാനിച്ചു.

ഉടനെതന്നെ കഥ പകർത്തിയെഴുതി അനാഗ്നോസിനു പിറന്നാൾ സമ്മാനമായി അയച്ചു കൊടുത്തു. കഥയുമായി പോസ്റ്റാഫീസിലേക്കു പോയതുപോലും ഹെലൻ തന്നെയായിരുന്നു. ആ സമ്മാനം നൽകിയതിന് ഇത്ര വലിയ വിലകൊടുക്കേണ്ടി വരുമെന്ന് ഹെലൻ ഒരിക്കലും കരുതിയില്ല. അനാഗ്നോസിന് കഥ വളരെ ഇഷ്ടമായി. ഉടൻ തന്നെ അത് പ്രസിദ്ധീകരിക്കുവാൻ വേണ്ട തയാറെടുപ്പുകൾ നടത്തി. കഥ പ്രസിദ്ധീകരിച്ചു വന്നു. ഹെലന്റെ ജീവിതത്തിലെ ഏറ്റവും അവിസ്മരണീയമായ ദിനം! അതോടൊപ്പം വിവാദങ്ങളുടെ ആരംഭവും.

ഹെലന്റെ ആദ്യത്തെ കഥ സാഹിത്യമോഷണം എന്ന പേരിൽ കുപ്രസിദ്ധമായിത്തീർന്നു. മാർഗരറ്റ് കാൻബീയുടെ *മഞ്ഞുദേവതകൾ* (*ദ ഫ്രോസ്റ്റ് ഫെയറീസ്*) എന്ന കൃതിയിൽ നിന്നും മോഷ്ടിച്ചതാണ് എന്ന ആരോപണം ഉയർന്നു. എന്നാൽ ഹെലൻ അങ്ങനെ മനഃപൂർവമായി ഒരിക്കലും ചെയ്തിട്ടില്ല. ഹെലനും അധ്യാപികയും ബോസ്റ്റണിൽ താമസിക്കുന്ന കാലഘട്ടത്തിൽ ഏതാണ്ട് 'ഫ്രോസ്റ്റ് കിങ്ങി'നെപ്പോലെ ഒരു കഥ അവൾ ജനിക്കുന്നതിനുമുമ്പ് പ്രസിദ്ധീകരിച്ചിട്ടുള്ളതായി മന

സിലാക്കി. ആ കഥയിലെയും തന്റെ കഥയിലെയും ശൈലിയും ഭാഷയും എല്ലാം എങ്ങനെ ഒന്നായിരിക്കുന്നു എന്നോർത്ത് ഹെലൻ അത്ഭുതപ്പെട്ടു. തന്റെ കഥ വെറും ഒരു അനുകരണമാണോ എന്ന സംശയം മനസിൽ ജനിക്കുകയും ചെയ്തു. എന്നാൽ എത്ര ശ്രമിച്ചിട്ടും ആ കാര്യമൊട്ടു ബോധ്യപ്പെടുകയും ഉണ്ടായിട്ടില്ല. എന്നാലും തന്റെ മാത്രം സ്വന്തമായ ഒരു കഥയ്ക്ക് എങ്ങനെ മറ്റൊരു കഥയുമായി സാമ്യമുണ്ടായി എന്ന സംശയം അവളെ അസ്വസ്ഥയാക്കിക്കൊണ്ടിരുന്നു. ആശ്ചര്യവും സങ്കടവും അവളെ ആകെ തളർത്തി. 'എങ്ങനെ ഇതു സംഭവിച്ചു? താൻ ഈ കഥ മുമ്പു കേട്ടിട്ടുണ്ടോ? വായിച്ചിട്ടുണ്ടോ? ഇല്ല ആ കഥയിലുള്ള യാതൊന്നും തന്റെ കഥയിൽ തിരുകി കയറ്റാൻ ശ്രമിച്ചിട്ടില്ല.

അനാഗ്നോസ് ഹെലൻ പറയുന്നത് വിശ്വസിക്കാൻ ശ്രമിച്ചു. അയാളുടെ മനസിലെ സംഘർഷം ദൂരീകരിക്കുവാൻ ഹെലന്റെ നിഷ്കളങ്കമായ മറുപടിക്ക് സാധ്യമായില്ല. അദ്ദേഹം അവളോട് പ്രകടിപ്പിച്ചിരുന്ന വാത്സല്യത്തിന് കുറവൊന്നും വരുത്തിയിരുന്നില്ലെങ്കിലും!

ആ അവസരത്തിൽ അന്ധബാലികമാരെ പങ്കെടുപ്പിച്ചുകൊണ്ട് ഒരു നാടകം നടന്നു. നാടകത്തിൽ ഹെലന് ഒരു പ്രധാനവേഷം തന്നെ ഉണ്ടായിരുന്നു. വളരെ ഭംഗിയായി മൂടുപടം ധരിച്ചുകൊണ്ട് ഹെലൻ നാടകത്തിൽ ഭാഗഭാക്കായി. ഇലകളും കായ്കനികളും എല്ലാമായിരുന്നു വസ്ത്രങ്ങൾക്കും ആഭരണങ്ങൾക്കും പകരമായി അണിഞ്ഞിരുന്നത്. നാടകത്തിൽ മനസറിഞ്ഞ് അഭിനയിക്കുമ്പോഴും കഥയെക്കുറിച്ചുള്ള ആരോപണങ്ങൾ ഹെലന്റെ മനസിനെ മഥിച്ചുകൊണ്ടിരുന്നു. നാടകം അരങ്ങേറുന്നതിന്റെ തലേദിവസം രാത്രി ഹെലന്റെ കഥയെക്കുറിച്ച് അന്വേഷിക്കുകയുണ്ടായി. ജാക്ക് ഫ്രോസ്റ്റിനെക്കുറിച്ചും അയാളുടെ അമാനുഷീകങ്ങളായ ചെയ്തികളെക്കുറിച്ചും ആൻ സളിവൻ ഹെലന് പറഞ്ഞുകൊടുത്തിരുന്ന കാര്യം അപ്പോഴവർ ഓർമിച്ചു. അവർ ആ വിവരം അനാഗ്നോസിനോടു പറഞ്ഞു.

ആൻ സളിവനും ഹെലനും കൂടി അനാഗ്നോസിനെ വഞ്ചിച്ചിരിക്കുന്നു എന്ന സംശയം അദ്ദേഹത്തിന്റെ ഉള്ളിൽ കടന്നുകൂടി. അതോടെ പിന്നെ അന്വേഷണങ്ങളായി വിചാരണകളായി! ഒന്നിനുപിറകെ ഒന്നായി പുലിവാലുകൾ വന്നുകൊണ്ടിരുന്നു. അവസാനം ആ സ്കൂളിലെ അധ്യാപകരും മറ്റ് ഉന്നതാധികാരികളും ഉൾപ്പെടുന്ന ഒരു കോടതിയിലേക്ക് ഹെലൻ ആനയിക്കപ്പെട്ടു. എന്നാൽ മുൻവിധിയോടുകൂടിയുള്ള ഒരു തരം തെളിവെടുപ്പായിരുന്നു അതെന്ന തോന്നൽ സകലരിലും ജനിപ്പിച്ചിരുന്നു. *ഫ്രോസ്റ്റ് ഫെയറീസ്* എന്ന പുസ്തകം ഹെലനെ വായിച്ചു കേൾപ്പിച്ചിട്ടുണ്ടെന്ന് സമ്മതിക്കുക അതായിരുന്നു ജഡ്ജിങ് പാനലിന്റെ ആവശ്യം. ഹെലന്റെ ഹൃദയം പിടഞ്ഞുകൊണ്ടിരുന്നു. അവൾക്ക് യാതൊന്നും സംസാരിക്കുവാനോ ചിന്തിക്കാനോ പോലും കഴിഞ്ഞില്ല. കഥാരചന നടത്തിയ സന്ദർഭത്തിൽ ഹെലൻ കേവലം പതിനൊന്നു വയസുമാത്രം പ്രായമുള്ള കുട്ടിയായിരുന്നു. അതുകൊണ്ട് ഒരിക്കലും ബോധപൂർവമുള്ള

ഒരു മോഷണമല്ല നടത്തിയിരിക്കുന്നത് എന്ന നിഗമനത്തിൽ അവർ എത്തിച്ചേർന്നു. അവസാനം അവർ ഹെലനെ വിട്ടയയ്ക്കുവാൻ തന്നെ തീരുമാനിച്ചു. അലക്സാണ്ടർ ഗ്രഹാം ബെൽ, മാർക് ട്വൈൻ തുടങ്ങിയ വിഖ്യാതരായ സുഹൃത്തുക്കളെല്ലാം ഹെലനെ വിശ്വസിച്ചു, അവർ ഹൃദയപൂർവം അവളെ ആശ്വസിപ്പിച്ചു. എന്നാൽ സ്നേഹിതരുടെയും ബന്ധുക്കളുടെയും സാന്ത്വന വചനങ്ങളോ അധ്യാപകരുടെ സ്നേഹനിർഭരമായ പെരുമാറ്റമോ, അമ്മയുടെയും ടീച്ചറുടെയും സ്നേഹവാത്സല്യങ്ങളോ ഒന്നും ഹെലനെ അൽപ്പംപോലും ആശ്വസിപ്പിച്ചില്ല. പലപ്പോഴും അവൾ അബോധാവസ്ഥയിലായി. ഹെലന്റെ ഈ മാനസികാവസ്ഥ പുറത്തറിയാതിരിക്കുവാൻ അമ്മയും ടീച്ചറും വളരെയധികം പണിപ്പെട്ടു.

"എന്തായാലും ഹെലൻ ഒരു കൊച്ചുമിടുക്കി തന്നെ! കണ്ടില്ലേ, അവളുടെ ഒരു ധൈര്യം?" എല്ലാവരും ഇങ്ങനെ അഭിപ്രായപ്പെട്ടു. സകലരും ഹെലനെ അഭിനന്ദിച്ചു. എന്നാൽ അനാഗ്നോസുമായുള്ള ബന്ധം എന്നെന്നേക്കുമായി നഷ്ടപ്പെട്ടു. ഹെലനും ആനും കൂടി തന്നെ കബളിപ്പിക്കുകയായിരുന്നു എന്നുതന്നെ അദ്ദേഹം വിശ്വസിച്ചു.

അന്നു രാത്രി ഹെലന് ഉറങ്ങാൻ കഴിഞ്ഞില്ല. അവൾ കിടക്കയിൽ കിടന്നുകൊണ്ട് വളരെനേരം കരഞ്ഞു. രാത്രി അസഹനീയമായ തണുപ്പായിരുന്നു. താൻ ഈ തണുപ്പിൽ മരവിച്ച് മരിച്ചുപോയെങ്കിൽ എത്ര നന്നായിരുന്നു. അവൾ വിചാരിച്ചു. തന്റെ ആത്മാഭിമാനത്തിനു സംഭവിച്ച ക്ഷതം ഹെലന് സഹിക്കാനായില്ല. ചിന്താശക്തി നഷ്ടപ്പെട്ടവളെപ്പോലെയായി പിന്നെ കുറച്ചു കാലത്തെ ഹെലന്റെ പെരുമാറ്റം. ക്രമേണ എല്ലാം വിസ്മൃതിയിലായി.

എന്നാൽ എന്തുകൊണ്ട് കഥകൾക്കു തമ്മിൽ ഇങ്ങനെ ഒരു സാദൃശ്യം വന്നുചേർന്നു എന്നതിന് വ്യക്തമായ ഒരുത്തരം ലഭിച്ചില്ല. *ഫ്രോസ്റ്റ് ഫെയറീസ്* എന്ന പുസ്തകത്തെ കുറിച്ച് യഥാർഥത്തിൽ ആൻ സളിവൻ കേട്ടിട്ടുപോലും ഇല്ലായിരുന്നു. എന്നാലും ഇതിലെ നിഗൂഢരഹസ്യം പുറത്തുവന്നു കാണാൻ ഹെലനും ആനും ആത്മാർഥമായി തന്നെ ആഗ്രഹിച്ചു. ഗ്രഹാം ബെല്ലിന്റെ സഹായത്തോടെ ആൻ അതിനെക്കുറിച്ച് പരിശോധിച്ചുകൊണ്ടിരുന്നു. ഹെലന്റെ കഥ പ്രസിദ്ധീകരിക്കുന്നതിന് ഏതാണ്ട് നാലുവർഷം മുമ്പ് ഒരു വേനൽക്കാലത്തെ അവധിസമയത്ത് ഹെലൻ ടീച്ചറോടൊപ്പമായിരുന്നില്ല ചെലവഴിച്ചത്. അന്നവർ മറ്റെന്തോ ആവശ്യത്തിനായി വിദേശത്തുപോയിരിക്കുകയായിരുന്നു. അന്ന് ഹെലൻ തന്റെ മറ്റൊരു സ്നേഹിതയോടൊപ്പമായിരുന്നു കഴിഞ്ഞിരുന്നത്. ഹെലന്റെ വിരസത മാറ്റുന്നതിനുവേണ്ടി ആ സ്നേഹിത ധാരാളം പുസ്തകങ്ങൾ വായിച്ചുകേൾപ്പിച്ചിരുന്നു. ആ കൂട്ടത്തിൽ *ബേർഡീ ആൻഡ് ഹിസ് ഫ്രണ്ട്സ്* എന്ന പുസ്തകം അവർ വായിച്ചിരുന്നു. രണ്ടുപേരും പിന്നീടത് ഓർത്തില്ലെങ്കിലും *ഫ്രോസ്റ്റ് ഫെയർ* എന്ന കഥ അപ്പോൾ വായിച്ചു കേൾപ്പിച്ചിരിക്കാമെന്ന് കരുതാം. പിന്നീട് ആ കാര്യം വിസ്മരിച്ചതായിരിക്കാം. പിന്നീടാക്കഥ ഓർമകളിൽ തെളിഞ്ഞു വന്നതാ

യിരിക്കാം. മറ്റൊരാളിന്റെ ഭാവനയിൽ നാമ്പെടുത്തതാണ് ആ കഥയെന്ന കാര്യം ഒരിക്കലും ഹെലന്റെ ചിന്തയിൽ കടന്നുവന്നിരുന്നില്ല.

ഹെലൻ മാർക് ട്വൈനുമൊത്ത്

ഈ ദുർഘടാവസ്ഥയിൽ ഹെലനെ ആശ്വസിപ്പിച്ചുകൊണ്ട് ധാരാളം പേർ കത്തുകൾ എഴുതിയിരുന്നു. *ഫ്രോസ്റ്റ് ഫെയറീസി*ന്റെ കഥാകാരിയാണ് ഏറ്റവും സ്നേഹത്തോടുകൂടി എഴുതിയത്. 'താങ്കൾക്ക് സ്വന്തം കഴിവുകൾ ഉപയോഗിച്ച് തന്നെ മഹത്തായ സാഹിത്യസൃഷ്ടികൾ നടത്താൻ സാധിക്കും. അത് വളരെപ്പേർക്ക് ആശ്വാസവും സഹായവുമായി പരിണമിക്കാതിരിക്കുകയില്ല' എന്നവർ ഒരിക്കൽ എഴുതി. ഇത്തരം കത്തുകൾ ഹെലന്റെ ആത്മവിശ്വാസം വർധിപ്പിക്കുവാൻ സഹായിച്ചിരുന്നുവെങ്കിലും ഈ സംഭവത്തിന് വലിയൊരു പ്രത്യാഘാതം ഉണ്ടായി. തന്റെ ചിന്തകളും വിചാരങ്ങളും എല്ലാം തന്റേതു തന്നെയാണോ, അതോ തന്റേതു മാത്രമാണോ എന്ന സംശയം ഹെലനിൽ രൂഢമൂലമായി. എഴുതുന്ന ഒരു കാര്യത്തിലും ഹെലന് വിശ്വാസം ഇല്ലാതായി. അമ്മയ്ക്കെഴുതുന്ന കത്തുകൾപോലും അവളെ ഭയപ്പെടുത്തി. ഓരോ വാക്കും എന്തിന് ഓരോ സ്പെലിങ്പോലും ആവർത്തിച്ചാവർത്തിച്ച് പരിശോധിച്ച് ഉറപ്പുവരുത്തും. എഴുത്ത് എന്ന പ്രക്രിയ ഉപേക്ഷിക്കാതിരുന്നതിൽ ടീച്ചർക്ക് വലിയ പങ്കുണ്ട്. ടീച്ചർ ധൈര്യം പകർന്നു നൽകിയതുകൊണ്ടു മാത്രമാണ് ഹെലൻ എഴുത്തു നിർത്താതിരുന്നത്.

ഏതെങ്കിലും ഒരു കൃതിയോടുള്ള സാമ്യം ഹെലന്റെ എഴുത്തിൽ കടന്നു കൂടിയാൽ അതിൽ അത്ഭുതത്തിന് അവകാശമില്ല. കാരണം, മറ്റുള്ളവരുടെ പുസ്തകങ്ങൾ രണ്ടാമത് എഴുതിയും അനുകരിച്ചും ആണ് ആദ്യമാദ്യം ഹെലൻ എഴുതാൻ ശീലിച്ചിരുന്നത്. എഴുതി പരിചയമില്ലാത്തവർക്ക് എഴുത്തു പരിശീലിക്കുവാൻ ഏറ്റവും ഉചിതമായ മാർഗം ഇതു തന്നെയാണല്ലോ. ഹെലനെ സംബന്ധിച്ചിടത്തോളം ആകർഷകമായതും കൗതുകം ജനിക്കുന്നതും ശ്രദ്ധേയമായതും ആയ ഏതൊരു കാര്യവും മനസിൽ സൂക്ഷിക്കും. പിന്നീട് എപ്പോഴെങ്കിലും ആവശ്യം വരുമ്പോൾ അത് ഉപയോഗിക്കുകയും ചെയ്യും. അങ്ങനെ ഒരു ശീലം പതിവായതോടുകൂടി എന്തുവായിച്ചാലും അത് മനസിന്റെ ഒരു കോണിൽ കോറി വരച്ചിടും എന്ന അവസ്ഥയായി.

ആദ്യമായി പ്രസിദ്ധീകരിച്ച കഥ ഉണ്ടാക്കിയ പ്രശ്നം ജീവിതത്തിലും വിദ്യാഭ്യാസത്തിലും എല്ലാം ഒരു പ്രധാന സംഭവമായിത്തീർന്നു. പിന്നീട് ഒരിക്കലും ഇങ്ങനെ സംഭവിക്കാതിരിക്കുന്നതിനു വേണ്ടി ആശയങ്ങൾ മനസിൽ തോന്നുന്ന അതേ രീതിയിൽ ചിട്ടയോടുകൂടി കുറിച്ചു വയ്ക്കുന്ന രീതി അവലംബിച്ചുപോന്നു.

14

ഉറ്റ ചങ്ങാതിയുടെ വിയോഗം

പ്രകൃതിയോടും അതിലെ ജീവജാലങ്ങളോടും ഉള്ള ഹെലന്റെ പ്രണയം ഏറെ പ്രശംസനീയമായിരുന്നു. ചെറുപ്പത്തിലെ തന്നെ ഹെലന്റെ സുഹൃത്തായിരുന്നു ലയണസ് എന്ന നായക്കുട്ടി. വല്ലാത്ത ഒരു ഹൃദയബന്ധം അവരുടെ ഇടയിൽ വളർന്നുവന്നിരുന്നു. ആ കാലങ്ങളിൽ സന്തതസഹചാരിയായ നായക്കുട്ടിയോടൊപ്പമല്ലാതെ ഹെലനെ കാണുക പ്രയാസമായിരുന്നു. ഊണും ഉറക്കവും എല്ലാം ഇവർ ഒരുമിച്ചു തന്നെ. എന്നാൽ പെട്ടെന്നാണ് അവരുടെ ഇടയിലേയ്ക്ക് ദുരന്തം കടന്നുവന്നത്. ഹെലന്റെ പ്രിയ സുഹൃത്തിനെ ആരോ ഒരാൾ വെടിവച്ചു കൊന്നു. ഈ സംഭവം ഹെലനെ വല്ലാതെ തളർത്തിക്കളഞ്ഞു. തന്റെ പ്രിയ സുഹൃത്തിന്റെ വിയോഗം ഹെലന് താങ്ങാനായില്ല. അവൾക്ക് എഴുതാനും പഠിക്കാനുമുള്ള മന:സാന്നിധ്യം നഷ്ടപ്പെട്ടു.

ഹെലനും
തന്റെ പ്രിയപ്പെട്ട വളർത്തുനായും

അന്ധയും ബധിരയുമായ പെൺകുട്ടിക്ക് നേരിടേണ്ടി വന്ന ദു:ഖകഥ മാധ്യമങ്ങളിലെല്ലാം വലിയ വാർത്തയായി. കേട്ടവർ കേട്ടവർ ഹെലന്റെ ദു:ഖത്തിൽ സഹതപിച്ചു. എല്ലാവർക്കും ആ പാവം കുട്ടിയോട് അനുകമ്പ തോന്നി.

ഹെലൻ കെലർ ജപ്പാനിൽ

അവരെല്ലാം പലരീതിയിൽ അവളെ ആശ്വസിപ്പിച്ചു കൊണ്ടിരുന്നു. അതുപോലൊരു പട്ടിക്കുട്ടിയെ വാങ്ങുന്നതിനും അതിനെ സംരക്ഷിക്കുന്നതിനും വേണ്ട പണം പലരും ഹെലന് അയച്ചുകൊടുത്തു. എന്നാൽ ഹെലൻ ആ പണം ഉപയോഗിച്ച് പട്ടിക്കുട്ടിയെ വാങ്ങാൻ തയാറായില്ല. എല്ലാ പൈസയും സ്വരൂപിച്ച്, അത് തന്നെപ്പോലെ തന്നെ കാഴ്ചയും കേൾവിയും നഷ്ടപ്പെട്ട ടോമി സ്ട്രിങ്ങർ എന്ന കുട്ടിയെ അമേരിക്കയിലെ ബോസ്റ്റൺ സംസ്ഥാനത്ത് സ്ഥിതി ചെയ്യുന്ന മസാച്ചുസെറ്റ്സിലെ പെർക്കിൻസ് ഇൻസ്റ്റിസ്റ്റ്യൂട്ട് ഫോർ ബ്ലൈൻഡ്സിൽ അയച്ചു പഠിപ്പിക്കുന്നതിനായി സംഭാവന നൽകി.

നായക്കുട്ടിയോടുള്ള കമ്പം അവസാനിച്ചതുകൊണ്ടൊന്നുമല്ല ഹെലൻ അപ്രകാരം ചെയ്തത്. ആ മോഹം ഒരു വശത്തു വളരുമ്പോഴും തന്റെ ആഗ്രഹപൂർത്തീകരണത്തേക്കാൾ എത്രയോ വലുതാണ് അന്ധയും ബധിരയുമായ ടോമിയുടെ വിദ്യാഭ്യാസം എന്നവൾ കരുതി. സാധാരണ ആ പ്രായത്തിലുള്ള പെൺകുട്ടികളെക്കാൾ എത്രയോ വലുതും മഹത്തരവുമായിരുന്നു ഹെലന്റെ ദീനാനുകമ്പയും സഹാനുഭൂതിയും.

ഹെലനും ആനും ജപ്പാനിലേക്ക് പല തവണ സന്ദർശനം നടത്തിയിട്ടുണ്ട്. അവിടുത്തെ ജനതയുമായി ഒരു വലിയ ഹൃദയബന്ധം തന്നെ ഉണ്ടാക്കിയെടുക്കുവാൻ ഹെലനും ടീച്ചർക്കും സാധിച്ചിരുന്നു. ഒരു ജപ്പാൻ

സന്ദർശനവേളയിലാണ് അകിത പ്രവിശ്യയിലെ ഹാചികോ എന്ന നായയെക്കുറിച്ച് അറിയാൻ കഴിഞ്ഞത്. അത് രണ്ടു വർഷം മുമ്പ് മരിച്ചുപോയ ഒരു നായ ആയിരുന്നു. ഹെലന് ഒരു അകിത നായയെ വളർത്തണമെന്ന ആഗ്രഹം ജനിച്ചു.

ഹെലന്റെ ഈ ആഗ്രഹം മനസിലാക്കിയ ഒരു വ്യക്തി കാമിക സെ–ഗോ എന്നു പേരുള്ള അകിത നായക്കുട്ടിയെ ഹെലനു സമ്മാനിച്ചു. ഹെലനും ആ നായക്കുട്ടിയും തമ്മിൽ സൗഹൃദം വളരാൻ അധികസമയം വേണ്ടിവന്നില്ല. മറ്റൊരു ജീവിയോടും ഹെലന് ഇത്രയും ബന്ധം സ്ഥാപിക്കാനായിട്ടില്ല. എന്നാൽ അവിടെയും വിധി ഹെലനോട് ക്രൂരത കാണിച്ചു. രണ്ടരവർഷം മാത്രമേ ആ ബന്ധം നീണ്ടു നിന്നുള്ളൂ. അപ്പോഴേയ്ക്കും ആ നായക്കുട്ടിക്ക് വൈറൽ രോഗബാധ ഉണ്ടായി. കുറെ ദിവസം അത് അസുഖം ബാധിച്ച് കിടന്നു. പിന്നെ ചത്തു പോയി. ഈ സംഭവവും ഹെലനെ വല്ലാതെ ഉലച്ചുകളഞ്ഞു. വീണ്ടും സങ്കടത്തിന്റെയും നിരാശയുടെയും ദിനങ്ങൾ! ആ അവസരത്തിലാണ് ജപ്പാൻ സർക്കാരിന്റെ ഔദ്യോഗിക സമ്മാനമായി കെൻസൻ–ഗോ എന്നൊരു നായക്കുട്ടിയെ ഹെലന് ലഭിച്ചത്. ഹെലൻ ആ നായക്കുട്ടിയുമായി അമേരിക്കയിൽ എത്തി. ഹെലൻ കെലർക്ക് നായകളോടുള്ള അഭിനിവേശമാണ് അകിത നായവംശത്തെ അമേരിക്കയിൽ എത്തിക്കാൻ കാരണമായത്. ഹെലൻ കെലർ ആ നായയേയും നന്നായി സ്നേഹിച്ചിരുന്നു. അവർ അതിനെക്കുറിച്ച് ഇങ്ങനെ എഴുതി:

"രോമക്കുപ്പായമണിഞ്ഞ മാലാഖയുണ്ടെങ്കിൽ അതു കാമികാസെ ആയിരുന്നു. എത്ര പ്രിയപ്പെട്ട വളർത്തു മൃഗങ്ങളെ എനിക്കു ലഭിച്ചാലും ഇതിനോളം വാത്സല്യം ഒന്നിനോടും തോന്നുകയില്ല. ഞാൻ ആഗ്രഹിച്ച എല്ലാ ഗുണഗണങ്ങളും ഒത്തിണങ്ങിയ ഒന്നാണ് ഈ അകിത നായ—ശാന്തത, സൗഹൃദഭാവം, വിശ്വസനീയത—സർവോപരി സ്നേഹം."

15
അകക്കണ്ണിന്റെ കാഴ്ചകൾ

ഹെലൻ ആദ്യമായി വാഷിങ്ടണിലേക്കു പോകുന്നത് 1893–ലാണ്. പഠനത്തിന് ചില തടസങ്ങൾ ഉണ്ടാക്കിയിരുന്നെങ്കിലും അവിസ്മരണീയമായ പലതും അനുഭവിക്കുവാൻ ആ യാത്ര സഹായിച്ചു. നയാഗ്രാ ജലപാതം അടുത്തറിയാനും ലോകമേളയിൽ പങ്കെടുക്കുവാനും സാധിച്ചത് ഈ യാത്രയിലൂടെയാണ്. യാത്ര കാരണം ഗ്രന്ഥ രചനയും കുറേക്കാലത്തേക്ക് മാറ്റിവയ്ക്കുകയുണ്ടായി.

ഒരു മാർച്ചു മാസത്തിലാണ് നയാഗ്രാ വെള്ളച്ചാട്ടം കാണാനായി പോയത്. നയാഗ്രയെക്കുറിച്ച് ധാരാളം കാര്യങ്ങൾ മനസിലാക്കിയിരുന്നതുകൊണ്ടുതന്നെ മനസിൽ ഒരു കുതികുത്തലായിരുന്നു. അവിടെ അൽപ്പം മുകളിലായി സ്ഥിതി ചെയ്യുന്ന ഒരു പാറയുടെ മുകളിൽ കയറി നിന്നപ്പോൾ പ്രകൃതിയും താൻ കാലുറപ്പിച്ചു നിൽക്കുന്ന ഭൂമിയും എല്ലാം ചലിക്കുന്നതായി അനുഭവപ്പെട്ടു. നയാഗ്ര ഹെലനെ ഇത്തരത്തിൽ ആകർഷിക്കുവാൻ കാരണമെന്താണ്? അലൗകികമായ ആ സൗന്ദര്യം നുകരുന്നതിന് അവൾക്ക് കണ്ണുകൾ ഇല്ലല്ലോ? ഈ സംശയം പലരുടെയും മനസിലും ഉണ്ടായി. “നിനക്ക് നയാഗ്രയുടെ സൗന്ദര്യം കണ്ടാസ്വദിക്കുവാൻ ദൈവം കണ്ണുകൾ തന്നിട്ടില്ലല്ലോ കുഞ്ഞേ? എന്നിട്ടും നീ ഇത്ര മാത്രം ആനന്ദിക്കുന്നത് എന്തുകൊണ്ടാണ്?” പലരും ഈ സംശയം നേരിട്ടു തന്നെ പ്രകടിപ്പിച്ചു. “പാലുപോലെ പതഞ്ഞുകൊണ്ട് തിരമാലകൾ ഉരുണ്ടുകൂടി പാഞ്ഞടുക്കുന്നത് നിനക്ക് കാണാനാവുന്നില്ല. അതിന്റെ സംഗീതസാന്ദ്രമായ ഇരമ്പം ശ്രവിക്കുവാൻ നിനക്ക് കഴിയില്ല. പിന്നെ പ്രകൃതി സൂക്ഷിച്ചു വച്ചിട്ടുള്ള ഈ സൗന്ദര്യ സമ്പത്ത് നിന്നെ ഇത്ര മാത്രം ലഹരി പിടിപ്പിക്കുന്നത് എങ്ങനെയാണ്?” തങ്ങളുടെ ഇത്തരം സംശയങ്ങൾ ആരും മറച്ചുപിടിച്ചില്ല. ചോദ്യങ്ങളും സംശയങ്ങളും വളരെ അർഥവത്താണെന്ന് ഹെലന് അറിയാമായിരുന്നു. അവൾ പറഞ്ഞു:

"സ്നേഹം, വിശ്വാസം, നന്മ തുടങ്ങിയവ എങ്ങനെയാണ് വിശദീകരിക്കുക? അതു നമുക്കു സാധ്യമാണോ? അല്ല! അതുപോലെ തന്നെ ഈ സൗന്ദര്യം ഞാൻ എങ്ങനെ ആസ്വദിക്കുന്നു എന്ന് വിശദീകരിക്കുകയും ബുദ്ധിമുട്ടാണ്." സംശയമുള്ള സകലരുടെ മനസിനെയും തൃപ്തിപ്പെടുത്തുന്ന ഒന്നായിരുന്നു ഹെലന്റെ മറുപടി.

'ലോകമേള' കാണാൻ യാത്രയായത് വേനൽക്കാലത്തെ അവധി ദിവസങ്ങളിലാണ്. ഓർമവച്ച നാൾ മുതൽ മനസിൽ സൂക്ഷിച്ചു വച്ചിരുന്ന സ്വപ്നങ്ങൾ യാഥാർഥ്യമാകുന്നതിൽ ഹെലന് വല്ലാത്ത ആനന്ദം അനുഭവപ്പെട്ടു. ഭാവനയുടെ ചിറകിലേറി ലോകസഞ്ചാരം നടത്തുക എന്നത് ഹെലനെ സംബന്ധിച്ചിടത്തോളം നിത്യേന നടക്കാറുള്ള ഒരു കാര്യമായിരുന്നു. പ്രകൃത്യാലുള്ളതും മനുഷ്യനിർമിതവുമായ ഇത്തരം കാഴ്ചകൾ അടുത്തറിയുവാൻ കഴിയുന്നു എന്ന ചിന്ത ഹെലനെ സന്തോഷിപ്പിച്ചു. ഈ യാത്രയിൽ ലോകത്തിലെ അത്ഭുതകരമായ പലതും മനസിലാക്കണം.

അറബിക്കഥകൾ വായിച്ചകാലം മുതൽ കാണാൻതുടങ്ങിയ സ്വപ്നമാണ് 'മിഡിൽ കോർട്ട്' കാണുക എന്നത്. *അറബിക്കഥ*കളിൽ വർണിച്ചിരിക്കുന്ന മനോഹരദൃശ്യങ്ങൾ അവിടെയുണ്ട്. കൗതുകവസ്തുക്കൾ വിൽപ്പനയ്ക്കായി വച്ചിട്ടുള്ള കടകൾ. അതിപുരാതന കാലത്തെ കെട്ടിടങ്ങളുടെ മാതൃകകൾ, നിരനിരയായി നടന്നു നീങ്ങുന്ന ഒട്ടകക്കൂട്ടങ്ങൾ തുടങ്ങി ലോകത്തിലെ വിസ്മയകരമായ പലതും അവിടെ പുനർജനിച്ചിരിക്കുന്നു. നൈൽ നദി ഒഴുകുന്ന ദ്വീപിലെ സുന്ദരദൃശ്യങ്ങൾ! വെനീസിലെ തടാകങ്ങൾ! നിലാവിൽ കുളിച്ചു നിൽക്കുന്ന ജലധാരായന്ത്രങ്ങൾ ഇതെല്ലാം ആസ്വദിച്ചുകൊണ്ടാണ് സായംസന്ധ്യകളിൽ തോണിയാത്ര നടത്തിയിരുന്നത്.

ഒരിക്കൽ, വളരെ വടക്കുനിന്നു വന്ന ഒരു പഴയ കപ്പലിൽ കയറിയാത്ര ചെയ്യാൻ സാധിച്ചു. മുമ്പൊരിക്കൽ ഒരു യുദ്ധകപ്പലിൽ കയറി കാണാനുള്ള അവസരം ഹെലന് ലഭിച്ചിരുന്നു. ആ പഴഞ്ചൻ കപ്പലിൽ കയറിയപ്പോൾ ഹെലന് ചിരി വന്നു. അവൾ ആലോചിച്ചു: ഒരു കാലത്ത് ഈ കപ്പലിന്റെ കപ്പിത്താൻ എത്ര ശക്തനും ആജ്ഞാശക്തിയുള്ളവനും ആയിരുന്നിരിക്കണം. അദ്ദേഹത്തിന്റെ കഴിവിനെയും ആത്മവിശ്വാസത്തെയും തന്റേടത്തെയും ആശ്രയിച്ച് എത്രയെത്ര കപ്പൽ ജോലിക്കാരും യാത്രക്കാരും ജീവിച്ചിട്ടുണ്ടാകും. എന്നാൽ ഇന്നത്തെ സ്ഥിതിയെന്താണ്? ആ കപ്പിത്താൻ താൻ അറിയാതെ തന്നെ തിരശ്ശീലയ്ക്കു പിന്നിലേക്ക് മാറ്റി നിർത്തപ്പെട്ടിരിക്കുന്നു. ഈ പഴയ കപ്പലിൽ ചുറ്റിക്കറങ്ങി നടന്നതിനുശേഷം പുറത്തെത്തിയപ്പോൾ, ക്രിസ്റ്റഫർ കൊളമ്പസിന്റെ 'സാന്തമറിയ' എന്ന കപ്പലിന്റെ മാതൃകയിൽ നിർമിച്ച മറ്റൊരു കപ്പൽ ശ്രദ്ധയിൽപ്പെട്ടു. കൊളമ്പസിന്റെ മുറി, മേശ, കസേര അദ്ദേഹം ഉപയോഗിച്ചിരുന്ന മറ്റു വസ്തുക്കൾ എന്നിവയെല്ലാം കപ്പിത്താൻ ഹെലന് വിശദീകരിച്ചു കൊടുത്തു. അദ്ദേഹം ഉപയോഗിച്ച ഓരോ വസ്തുവും കാണുമ്പോൾ ആ സമയത്ത് കൊളമ്പസിന്റെ മനസിലൂടെ കടന്നുപോയ ചിന്തകളെക്കുറിച്ച് അവൾ ആലോചിച്ചു.

ആ മേളയിൽ പ്രദർശിപ്പിച്ചിരുന്ന വസ്തുക്കൾ എല്ലാം തൊട്ടുനോക്കി മനസിലാക്കാനുള്ള അനുമതി ഹെലന് ലഭിച്ചിരുന്നു. വിരലുകളുടെ സഹായത്താൽ ആ വസ്തുക്കളുടെ സൗന്ദര്യം നുകരാൻ ഹെലന് സാധിച്ചു. ഗുഡ്ഹോപ്പ് മുനമ്പിന്റെ സ്ഥാനം അടയാളപ്പെടുത്തിയ സ്ഥലത്ത് എത്തിയപ്പോൾ വജ്രഖനനത്തെക്കുറിച്ച് പല കാര്യങ്ങളും പഠിക്കുവാൻ സാധിച്ചു. അതിനുള്ള യന്ത്രം പ്രവർത്തിച്ചുകൊണ്ടിരിക്കുമ്പോൾ പലപ്പോഴും അതിൽ സ്പർശിക്കുവാൻ ഹെലൻ ശ്രമിച്ചു നോക്കി. വജ്രക്കല്ലുകൾ എന്തെന്നു കാണാതെതന്നെ അതെല്ലാം തൂക്കി വെട്ടി പോളീഷ് ചെയ്ത് എടുക്കുന്നത് എങ്ങനെയെന്നു മനസിലാക്കാൻ സാധിച്ചത് അവിടെ വച്ചായിരുന്നു. അവർ ഹെലന് ഒരു വജ്രം സമ്മാനിക്കുകയും ചെയ്തു. അമേരിക്കൻ ഐക്യനാടുകളിൽ ലഭിക്കുന്ന യഥാർഥ വജ്രം അതാണെന്ന് അറിവുള്ളവർ പറഞ്ഞു മനസിലാക്കിക്കൊടുത്തു.

ഡോ. ഗ്രഹാംബലിന്റെ കൂടെയുള്ള ആ യാത്ര ഹെലനെ സംബന്ധിച്ചിടത്തോളം ഏറ്റവും വിജ്ഞാനപ്രദമായിരുന്നു. അദ്ദേഹം അവളെ മേളയുടെ എല്ലാ ഭാഗത്തും കൂട്ടിക്കൊണ്ടു പോകുകയും അവിടെയുള്ള പ്രാധാന്യമർഹിക്കുന്ന ഏതാണ്ടെല്ലാ വസ്തുക്കളെക്കുറിച്ചും വിശദീകരിച്ചു കൊടുക്കുകയും ചെയ്തു. ടെലഫോൺപോലുള്ള ആധുനിക ഉപകരണങ്ങൾ അവിടെവച്ച് പരിചയപ്പെട്ടു. കമ്പിയിലൂടെ സന്ദേശങ്ങൾ എങ്ങനെയാണ് ബഹിരാകാശത്തേക്ക് അയയ്ക്കുന്നതെന്ന് മനസിലാക്കി.

മെക്സികോയുടെ പൗരാണിക അവശിഷ്ടങ്ങളാണ് അവിടെ പ്രദർശിപ്പിച്ച വസ്തുക്കളിൽ ഹെലനിൽ ഏറ്റവും കൂടുതൽ കൗതുകം ജനിപ്പിച്ചത്. മനുഷ്യസംസ്കാരം, അതിന്റെ വളർച്ച എന്നിവയെക്കുറിച്ചെല്ലാം മനസിലാക്കാൻ സാധിച്ചത്, മേളയിൽ പ്രദർശിപ്പിച്ചിരുന്ന പരുക്കൻ കല്ലുകളാൽ നിർമിക്കപ്പെട്ട ചുറ്റിക, കത്തികൾ തുടങ്ങിയ പ്രാചീന സംസ്കാരത്തിന്റെ അവശിഷ്ടങ്ങളിൽ നിന്നുമാണ്.

ശാസ്ത്രവും ചരിത്രവും സംബന്ധിയായ വിഷയങ്ങളെക്കാൾ ഉപരിയായി അവിടെനിന്നും ലഭിച്ച അനുഭവജ്ഞാനത്താൽ ധാരാളം പുതിയ പുതിയ വാക്കുകൾ മനസിലാക്കാനും പഠിക്കാനും സാധിച്ചു. ഹെലനും സംഘവും ഏതാണ്ട് മൂന്നാഴ്ചക്കാലത്തോളം മേളയിൽ പങ്കുകൊണ്ടു. അതുവരെ ലോകമെന്തെന്ന് അറിയാതിരുന്ന ആ കുരുന്നു മനസിന്റെ ഭാവനകളിൽ ലോകം എന്തെന്നു മനസിലാക്കാനും അതിന്റെ പരുക്കൻ യാഥാർഥ്യങ്ങളെ തൊട്ടറിയാനും ആ മേള വളരെയധികം സഹായിച്ചു. ഗ്രഹാം ബെല്ലിനോടൊന്നിച്ചുള്ള യാത്ര ശാസ്ത്രവിഷയങ്ങളെക്കുറിച്ച് അറിവ് വർധിപ്പിക്കുന്നതിന് വളരെയധികം സഹായിച്ചു. ആ വിഷയത്തിൽ അഗാധ പാണ്ഡിത്യം ഉള്ള വ്യക്തിയായിരുന്നുവല്ലോ ഡോ. ബെൽ. എത്ര ഗഹനമായ വിഷയവും വളരെ ലളിതമായി വിശദീകരിച്ച് ഫലിപ്പിക്കാനുള്ള കഴിവും അദ്ദേഹത്തിനുണ്ടായിരുന്നു. കുട്ടികളെ അങ്ങേയറ്റം സ്നേഹിച്ചിരുന്ന ഡോ. ബെല്ലിന്റെ ദൗർബല്യമായിരുന്നു ബധിരരായ കുട്ടികൾ.

16

ഭാഷയും വാക്കും വരുതിക്കു വരുമ്പോൾ

വളരുന്നതിനനുസരിച്ച് ഹെലന് പല കാര്യങ്ങളും പഠിക്കുവാൻ സാധിച്ചു. എന്നാൽ ഈ പഠനങ്ങളൊന്നും ശാസ്ത്രീയമായിരുന്നില്ല. ഹെലന് ഏറ്റവും താൽപ്പര്യമുള്ള വിഷയമായിരുന്നു ചരിത്രം. ഗ്രീസ്, റോം, അമേരിക്കൻ ഐക്യനാടുകൾ എന്നിവയുടെ ചരിത്രം വളരെ വേഗത്തിൽ തന്നെ പഠിച്ചെടുക്കുവാൻ സാധിച്ചു. എളുപ്പത്തിൽ വായിക്കാവുന്ന രീതിയിൽ പൊങ്ങിയ അച്ചടിയിൽ ഫ്രഞ്ചു ഭാഷയിലുള്ള ഒരു പുസ്തകം ഹെലന്റെ കൈവശം ഉണ്ടായിരുന്നു. കുറച്ചു ഫ്രഞ്ചുവാക്കുകളും പഠിച്ചെടുക്കുവാൻ സാധിച്ചിരുന്നു. ഫ്രഞ്ചുഭാഷയിൽ കൊച്ചുകൊച്ചു വാചകങ്ങൾ ഉപയോഗിക്കാൻ പഠിച്ചത് വളരെ കൗതുകത്തോടെ ആയിരുന്നു. വ്യാകരണനിയമങ്ങൾ യാതൊന്നും അനുസരിക്കാതെയായിരുന്നു ഫ്രഞ്ചു ഭാഷാപ്രയോഗം. പരസഹായം ഇല്ലാതെ ഫ്രഞ്ചു വാക്കുകളുടെ ഉച്ചാരണം മനസിലാക്കുക എന്നതായിരുന്നു അടുത്ത ശ്രമം. അക്ഷരങ്ങൾ എഴുതി വച്ചിരിക്കുന്നതിനടുത്ത് അതിന്റെ ഉച്ചാരണവും കൃത്യമായി രേഖപ്പെടുത്തിയിരുന്നതിനാലാണ് ഈ ശ്രമം വിജയിക്കുവാൻ സഹായകമായത്. തന്റെ കഴിവുകൾക്ക് എത്രയോ അതീതമായ, വളരെ ശ്രമകരമായ ഒരു ജോലിയായിരുന്നു അത്. ഈ പ്രയത്നം ഹെലനെ വളരെ അധികം തളർത്തി. ശാരീരികമായും മാനസികമായും ഉണ്ടായ ക്ഷീണം അൽപ്പം പോലും വക വയ്ക്കാതെ ശ്രമം തുടർന്നു. മഴയുള്ള ദിവസങ്ങളിലാണ് ഈ കാര്യത്തിൽ കൂടുതൽ ശ്രദ്ധകേന്ദ്രീകരിച്ച് പഠിച്ചിരുന്നത്. കുറച്ചു കാലത്തെ അത്യധ്വാനംകൊണ്ട് പ്രസിദ്ധരായ ഫ്രഞ്ചു സാഹിത്യകാരന്മാരുടെ കൃതികൾ വായിച്ച് മനസിലാക്കുന്നതിനുള്ള പാടവം ഹെലൻ നേടിയെടുത്തു.

അടുത്ത ശ്രമം പ്രസംഗം വ്യക്തവും സ്ഫുടവും ആക്കിത്തീർക്കാൻ വേണ്ടിയുള്ളതായിരുന്നു. അതിനുവേണ്ടിയും വളരെയധികം സമയം ചെലവഴിക്കുവാൻ തയാറായി. അധ്യാപികയുടെ മുന്നിൽ വച്ച് വായന ഉറക്കെയാക്കി. തനിക്ക് ഏറ്റവും പ്രിയപ്പെട്ട കവിതകൾ ഉറക്കെ ചൊല്ലുന്നത് ഹെലന്റെ ഇഷ്ടവിനോദമായിരുന്നു. ശബ്ദം വ്യക്തവും സ്ഫുടവും ആക്കുന്നതിനും തെറ്റുകൾ തിരുത്തുന്നതിനും അധ്യാപിക വളരെയധികം സഹായിച്ചു. ഓരോ പ്രത്യേക വിഷയങ്ങളെക്കുറിച്ചും പഠിക്കണം, മനസിലാക്കണം എന്ന ബോധം ഹെലന് ഉണ്ടായത്, ലോകമേള സന്ദർശിച്ചതോടുകൂടിയാണ്. അതോടെ ഓരോ പ്രത്യേക വിഷയങ്ങളെക്കുറിച്ചുള്ള പാഠങ്ങളും നിരന്തരം പഠിക്കുവാൻ തുടങ്ങി.

ഫ്രഞ്ചുഭാഷ തനിക്ക് വഴങ്ങുമെന്ന് ബോധ്യമായതോടെ ശ്രദ്ധ ലാറ്റിനിലേക്ക് തിരിഞ്ഞു. മി. അയേൺസിന്റെ അടുത്തുനിന്നും ലാറ്റിൻ പഠിക്കുവാൻ തുടങ്ങി. മഹാനായ ഒരു മനുഷ്യനായിരുന്നു മി. അയേൺസ്. അദ്ദേഹത്തിന്റെ ലോകപരിചയം, വിവിധ വിഷയങ്ങളിലുള്ള അഗാധ പാണ്ഡിത്യം സർവോപരി സ്വാഭാവ ഗുണം എന്നിവ എടുത്തു പറയേണ്ടതായിരുന്നു. ഹെലന് ഏറ്റവും മടുപ്പുളവാക്കിയിരുന്നതും അരോചകവുമായിരുന്നല്ലോ ഗണിതശാസ്ത്രം. ആ വിഷയത്തിൽ താൽപ്പര്യം ജനിപ്പിക്കുവാൻ മി. അയേൺസിന്റെ അധ്യയന പാടവത്തിനു സാധിച്ചു. ഇംഗ്ലീഷ് പഠിക്കുന്ന കാര്യത്തിലും അദ്ദേഹത്തിന്റെ സഹായം ലഭിച്ചു.

ലാറ്റിൻ ഭാഷാ പഠനം ആദ്യമൊന്നും അത്ര സുഖകരമായി അനുഭവപ്പെട്ടില്ല. പലപ്പോഴും താൽപ്പര്യം നഷ്ടപ്പെടുന്നതുപോലെ തോന്നി. വ്യാകരണ പഠനത്തിനു വേണ്ടി ചെലവഴിക്കുന്ന സമയം പാഴാകുകയാണെന്ന തോന്നൽവരെ ഉണ്ടായി. വാക്കുകളും വാചകങ്ങളും ഉപയോഗിച്ചു തന്നെ അർഥം വ്യക്തമാക്കാമെന്നിരിക്കേ, പിന്നെ എന്തിനാണ് വിരസമായ വ്യാകരണ പഠനത്തിലൂടെ പഠനം കൂടുതൽ ബുദ്ധിമുട്ട് നിറഞ്ഞതാക്കണം? എന്നാൽ ആ ഭാഷയെ കൂടുതൽ കൂടുതൽ അറിയാൻ തുടങ്ങിയതോടെ വ്യാകരണം ഹെലനെ ആകർഷിച്ചു തുടങ്ങി. മറ്റേതൊരു ഭാഷയേക്കാൾ ലത്തീൻ ഭാഷയുടെ സൗകുമാര്യം ഹെലനെ ആകർഷിച്ചു. ആ ഭാഷയുടെ സ്വാധീനം കൂടുതൽ കൂടുതൽ അഭ്യസനങ്ങൾ നടത്താൻ ഹെലനെ പ്രേരിപ്പിച്ചു. ആഭിമുഖ്യം വർധിപ്പിക്കുവാൻ ഈ അഭ്യസനം വളരെയധികം സഹായിക്കുകയും ചെയ്തു. അവസാനമായപ്പോഴേക്കും ഗഹനവും അതിപ്രശസ്തവുമായ ലാറ്റിൻ ഗ്രന്ഥങ്ങൾവരെ വായിച്ചാസ്വാദിക്കുവാനുള്ള പാടവം നേടിയെടുക്കുവാൻ ഹെലന് സാധിച്ചു. ധാരാളം പുസ്തകങ്ങൾ വായിച്ചു തീർക്കുകയും ചെയ്തു.

17

ആകസ്മിക വേർപാടുകൾ

ബധിരരെ വിദ്യാഭ്യാസം ചെയ്യിക്കുന്നതിനുവേണ്ടിയുള്ള ഒരു സ്പെഷ്യൽ സ്കൂൾ ന്യൂയോർക്കിൽ നല്ല രീതിയിൽ പ്രവർത്തിക്കുന്നുണ്ട് എന്നറിഞ്ഞപ്പോൾ തന്നെ അവധിക്കാലത്ത് അവിടെ പ്രവേശനം ലഭിക്കുന്നതിനുവേണ്ടിയുള്ള തയാറെടുപ്പുകളെല്ലാം നടത്തി. 1894 ഒക്ടോബർ മാസത്തിൽ ഹെലൻ, അധ്യാപിക ആൻ സളിവനുമൊത്ത് അവിടെ എത്തിച്ചേർന്നു. ചുണ്ടുകൊണ്ടു വായിക്കുവാനും സംഭാഷണം കൂടുതൽ വ്യക്തമാക്കുന്നതിനും വേണ്ടിയായിരുന്നു ആ സ്കൂൾ തെരഞ്ഞെടുത്തത്. ഗണിതം, ഭൂമിശാസ്ത്രം, ഫ്രഞ്ച്, ജർമൻ എന്നീ വിഷയങ്ങളിലും കൂടുതൽ അവഗാഹം നേടിയിരുന്നതിനാൽ അവസരം കിട്ടുമ്പോഴെല്ലാം ജർമൻ അധ്യാപകനുമായി സംസാരിക്കുക പതിവായിരുന്നു. വളരെ കുറച്ചുകാലംകൊണ്ടുതന്നെ അദ്ദേഹവുമായി വളരെ എളുപ്പത്തിൽ ആശയവിനിമയം നടത്താൻ സാധിച്ചു. *വില്യം ടെൽ* എന്ന ഗ്രന്ഥം വായിച്ചു തീർക്കാൻ കഴിഞ്ഞതോടെ ആത്മവിശ്വാസം വളരെയേറെ വർധിച്ചു. മറ്റു വിഷയങ്ങൾ പഠിച്ചുതീർക്കുന്നതിനെക്കാൾ വളരെ എളുപ്പത്തിൽ ജർമൻ ഭാഷയും സാഹിത്യവും പഠിച്ചു തീർക്കുവാൻ സാധിച്ചു.

ഇതിനു നേരെ വിപരീതമായിട്ടായിരുന്നു ഫ്രഞ്ചു ഭാഷാഭ്യസനം. അധര വായനയിലൂടെ മാത്രമാണ് ഫ്രഞ്ച് അധ്യാപിക ഭാഷാപഠനം നിർവഹിച്ചിരുന്നത്. അവരുടെ അധരചലനം എളുപ്പത്തിൽ മനസിലാക്കിയെടുക്കാൻ സാധിച്ചില്ല. അതുകൊണ്ട് ജർമൻ ഭാഷാഭ്യസനംപോലെ എളുപ്പമായിരുന്നില്ല ഫ്രഞ്ചുപഠനം. കഠിനമായ പരിശ്രമത്തിന്റെ ഫലമായി ഏതാനും ഫ്രഞ്ചു സാഹിത്യകൃതികൾ വായിച്ചു തീർക്കുവാൻ സാധിച്ചു.

എങ്കിലും പ്രതീക്ഷിച്ചതുപോലെ ഒരു പുരോഗതി അധരവായന യിൽ ഉണ്ടാക്കിയെടുക്കുവാൻ സാധിച്ചില്ല. മറ്റുള്ളവർ സംസാരിക്കുന്ന തുപോലെ സംസാരിക്കുവാൻ സാധിക്കുക എന്നതായിരുന്നു ഹെലന്റെ ഏറ്റവും വലിയ ആഗ്രഹം. അധ്യാപികമാരും അതാഗ്രഹിച്ചു. എല്ലാവരും വളരെയധികം കിണഞ്ഞു പരിശ്രമിച്ചിട്ടും ആ ആഗ്രഹം സാധിച്ചെടു ക്കുവാൻ കഴിഞ്ഞില്ല.

ഹെലനെ സംബന്ധിച്ചിടത്തോളം ഒരു ബാലികേറാ മലയായിരുന്നു ഗണിതശാസ്ത്രം. ആലോചിച്ച് കണക്കിന് ഉത്തരം കണ്ടെത്തുക എന്ന രീതി ഹെലൻ ശീലിച്ചിരുന്നേയില്ല. ഊഹിച്ച് ഉത്തരമെഴുതും. അതു തെറ്റുകയും ചെയ്യും. എന്നാൽ മറ്റു വിഷയങ്ങളോടൊന്നുമുള്ള മനോ ഭാവം അങ്ങനെയായിരുന്നില്ല. വളരെയേറെ താൽപ്പര്യത്തോടുകൂടിയാണ് അത്തരം വിഷയങ്ങളെയെല്ലാം സമീപിച്ചിരുന്നത്. ഹെലന് ഏറ്റവും പ്രിയ പ്പെട്ട വിഷയം ഭൂമിശാസ്ത്രമായിരുന്നു. പ്രകൃതിയുടെ നിഗൂഢത എന്നും ഹെലനെ ആകർഷിച്ചുപോന്നു. അതിന്റെ അഗാധതകളിലേക്ക് ഇറങ്ങി ച്ചെല്ലുന്നത് ഏറ്റവും കൗതുകകരവും സന്തോഷകരവും ആയിരുന്നു. കാറ്റുണ്ടാകുന്നത് എങ്ങനെയാണ്? നദികൾ ഒഴുകുന്നതെങ്ങനെ? പ്രകൃ തിശക്തികളെ മനുഷ്യൻ കീഴടക്കുന്നതെങ്ങനെയാണ്? കാലാവസ്ഥാ വ്യതിയാനം ഭൂമിയിലെ ജീവജാലങ്ങളെ എങ്ങനെ ബാധിക്കുന്നു? നദി കൾ, പാറകൾ, വിവിധതരത്തിലുള്ള മണ്ണുകൾ തുടങ്ങി എളുപ്പം പിടി കിട്ടാത്ത ചോദ്യങ്ങൾക്ക് ഉത്തരം കണ്ടെത്തുന്നത് ഏറ്റവും രസകരമായ അനുഭവമായിരുന്നു ഹെലന്.

ന്യൂയോർക്കിലെ വിദ്യാഭ്യാസം രണ്ടുവർഷക്കാലം നീണ്ടുനിന്നു. ഏറ്റവും സന്തോഷകരമായ അനുഭവങ്ങളാണ് അവിടെ ഉണ്ടായത്. തിക ഞ്ഞ സന്തോഷത്തോടുകൂടിയാണ് ന്യൂയോർക്കിലെ അനുഭവങ്ങളെക്കു റിച്ച് ഹെലൻ ഓർത്തിരുന്നത്. ദിവസവും വൈകുന്നേരം എല്ലാവരും കൂടി സെൻട്രൽ പാർക്കിലേക്ക് ഉല്ലാസയാത്ര നടത്തിയിരുന്നു. ന്യൂയോർക്ക് പട്ടണത്തിൽ ഹെലനെ ഏറ്റവും കൂടുതൽ ആകർഷിച്ച സ്ഥലം ഏതെന്ന ചോദ്യത്തിനും മറ്റൊരുത്തരമില്ല. ആ ഉദ്യാനത്തിന്റെ ആസ്വാദ്യത ദിനം പ്രതി വർധിക്കുന്നതായി ഹെലന് തോന്നി. ഉദ്യാനത്തിന്റെ ഓരോ മുക്കി ലും മൂലയിലും പരതി അതിന്റെ രമണീയത തൊട്ടറിഞ്ഞു. കൂടാതെ അവിടത്തെ പ്രധാനപ്പെട്ട സ്ഥലങ്ങൾ ഓരോന്നും നടന്നു കണ്ടു. ഹഡ് സൺ നദിയിലൂടെയുള്ള ഉല്ലാസയാത്ര ഹെലനെ ഏറെ ആഹ്ലാദിപ്പിച്ചു. നദിയുടെ ഹരിത തീരങ്ങളിലൂടെയുള്ള അലച്ചിൽ പുതിയതരം വൃക്ഷ ങ്ങളെയും ലതകളെയും വള്ളികളെയും പൂക്കളെയും കായ്കളെയും എല്ലാം പരിചയപ്പെടാനുള്ള അവസരം നൽകി.

എന്നാൽ ഏറ്റവും ഉല്ലാസപ്രദമായ ദിനങ്ങൾക്ക് ന്യൂയോർക്കു വിടു ന്നതിനു മുമ്പുതന്നെ തിരിച്ചടി ഉണ്ടായി. ബോസ്റ്റണിൽ ഉണ്ടായിരുന്ന തന്റെ പ്രിയപ്പെട്ട അധ്യാപകൻ മി. സ്പാൾഡിങ്ങിന്റെ പെട്ടെന്നുണ്ടായ മരണമായിരുന്നു അത്. ഒട്ടും നിനച്ചിരിക്കാത്ത സമയത്താണ് ആ ദുരന്തം

സംഭവിച്ചത്. ഹൃദ്യമായ പെരുമാറ്റംകൊണ്ട് ഹെലന്റെ മനസ്സ് കീഴടക്കിയ മഹത് വ്യക്തിയായിരുന്നു മി. സ്പാൾ ഡിങ്. ആ പ്രതിഭാധനന്റെ അകാല മരണം സൃഷ്ടിച്ച വിടവ് ജീവിതാവസാനംവരെ നികത്താവാനാവാത്ത ഒന്നായി നിലകൊണ്ടു.

ദുരന്തങ്ങളുടെ വരവ് എപ്പോഴും ഒന്നിനു പിറകെ ഒന്നായിട്ടായിരിക്കുമല്ലോ! വേനൽക്കാലത്തിന്റെ സമസ്തസൗന്ദര്യവും ആസ്വദിച്ചുകൊണ്ട് വടക്കൻ ദിക്കിൽ കഴിയുന്ന അവസരം. അപ്പോഴാണ് അച്ഛന് ചെറിയ ഒരു അസുഖം ബാധിച്ചത്. ചെറിയ തോതിലാണ് രോഗം ആരംഭിച്ചതെങ്കിലും അദ്ദേഹത്തിന് വളരെയധികം വേദന അനുഭവിക്കേണ്ടതായി വന്നു. മരണത്തിന്റെ രൂപത്തിൽ കടന്നുവന്ന വിധി വളരെ വേഗം അദ്ദേഹത്തിന്റെ ജീവനെടുത്തു. അത്രയും കാലത്തെ ജീവിതത്തിലെ ഏറ്റവും വേദനാജനകമായ അനുഭവമായിരുന്നു പിതാവിന്റെ വിയോഗം. അതു ഹെലനെ അക്ഷരാർഥത്തിൽത്തന്നെ തളർത്തിക്കളഞ്ഞു.

18
കേംബ്രിഡ്ജ് സ്കൂളിൽ

ഹെലനും ആൻ സളിവനും 1896–ൽ തന്നെ മസാച്ചുസെറ്റ്സിൽ തിരിച്ചെത്തി. പെൺകുട്ടികളെ മാത്രമായി പഠിപ്പിക്കുന്ന കേംബ്രിഡ്ജ് സ്കൂളിൽ ചേർന്നു. കോളേജിൽ ചേരുന്നതിന്റെ മുന്നോടിയായിട്ടായിരുന്നു അത്. 'ഒരിക്കൽ ഞാൻ കോളേജിൽ ചേർന്ന് പഠിക്കും; ഹാർവാർഡിൽ തന്നെയായിരിക്കും അത്.' ബാല്യത്തിൽ നടത്തിയ ഈ പ്രസ്താവം അന്ന് കൂട്ടുകാരികളെയെല്ലാം അമ്പരപ്പിച്ചിരുന്നു. അത് പ്രാവർത്തികമാക്കാൻ വേണ്ട ശ്രമമായിരുന്നു പിന്നീടുള്ള ജീവിതം. കോളേജിനേയും കോളേജ് വിദ്യാഭ്യാസത്തെയും കുറിച്ച് അറിയാൻ തുടങ്ങിയ നാൾ മുതൽ മനസിൽ രൂഢമൂലമായിരുന്ന ഒരു ആഗ്രഹമായിരുന്നു കോളേജിൽ ചേർന്ന് പഠിക്കണമെന്നത്. അന്നുമുതൽ അതിനുള്ള ഒരുക്കങ്ങൾ നടത്തിക്കൊണ്ടിരിക്കുകയും ചെയ്തു. മറ്റുകുട്ടികൾ പഠിക്കാൻ നടത്തുന്ന ശ്രമങ്ങളെല്ലാം അനുകരിക്കുന്നതിലും അവർ എഴുതുന്ന പരീക്ഷകൾ എല്ലാം എഴുതാൻ ശ്രമിക്കുന്നതിലും പല ഉത്തമമായ സുഹൃത്തുകൾക്കുപോലും എതിർപ്പുണ്ടായിരുന്നു.

കോളേജിൽ ചേർന്ന് പഠിക്കണം എന്ന ആഗ്രഹം മനസിൽ ഉറപ്പിച്ചുകൊണ്ടാണ് ന്യൂയോർക്ക് വിടുന്നത്. കേംബ്രിഡ്ജിൽ തന്നെ അതു വേണമെന്നും തീരുമാനിച്ചിരുന്നു. ഹാർവാർഡിൽ ചേരാനുള്ള ഏറ്റവും എളുപ്പമായ വഴി അതായിരുന്നു താനും. തന്റെ ആഗ്രഹപൂരണത്തിനു വേണ്ടി എന്തു ത്യാഗം ചെയ്യാനും ഹെലൻ ഒരുക്കമായിരുന്നു.

കേംബ്രിജ് സ്കൂളിലെ വിദ്യാഭ്യാസം ഹെലന് രസകരം തന്നെയായിരുന്നു. ഹെലൻ ഒറ്റയ്ക്കായിരുന്നില്ല, ക്ലാസിൽ പോയിരുന്നത്. ഹെലനോടൊപ്പം ആനും ക്ലാസിൽ ഹാജരായിരിക്കണം. അവിടെ ഓരോ ദിവസവും പഠിപ്പിക്കുന്ന കാര്യങ്ങൾ മുമ്പു പഠിച്ചിരുന്ന രീതിയിൽ ഹെലന്

പഠിപ്പിച്ചു കൊടുക്കുക എന്നതായിരുന്നു ആന്റെ ദൗത്യം. അധരം തൊട്ടു കൊണ്ട് വാക്കുകളും ആശയങ്ങളും മനസിലാക്കിയിരുന്ന ശീലമായിരുന്നുവല്ലോ ഹെലന്. ആ രീതിയായിരുന്നില്ല അവിടെ ഉണ്ടായിരുന്നത്. ഇംഗ്ലീഷ്, ചരിത്രം, ജർമൻ, ലാറ്റിൻ, ഗണിതം എന്നീ വിഷയങ്ങളാണ് അവിടെ പഠിക്കാൻ ഉണ്ടായിരുന്നത്. അതിനുപുറമേ പല വിഷയങ്ങളും പഠിക്കണമെന്ന് അധ്യാപകർ നിർദേശിക്കാറുണ്ട് അതെല്ലാം ഹെലൻ പഠിക്കുകയും ചെയ്തിരുന്നു.

എന്നാൽ പരീക്ഷയ്ക്കു വേണ്ടുന്ന തയാറെടുപ്പുകളൊന്നും ഹെലൻ കാര്യമായി നടത്തിയിരുന്നില്ല. എങ്കിലും തന്റെ സന്തത സഹചാരിയായ ടീച്ചറുടെ വിദഗ്ധശിക്ഷണത്തിൻ കീഴിൽ ഇംഗ്ലീഷ് ഭാഷ നന്നായി പഠിച്ചെടുക്കുവാൻ സാധിച്ചു. ചില വിഷയങ്ങളിൽ ഹെലന് കൂടുതൽ പരിശീലനം നേടേണ്ട ആവശ്യമില്ല എന്ന് അധ്യാപകർ നിർദേശിച്ചിരുന്നെങ്കിലും കോളെജിൽ പഠിക്കാൻ നിർദേശിക്കപ്പെട്ടിട്ടുള്ള ഇംഗ്ലീഷ് പുസ്തകങ്ങളുടെ വിശദമായ പഠനം ആവശ്യമായി വന്നു. ഫ്രഞ്ചും ലാറ്റിനും കൂടുതലായി പഠിക്കാനുള്ള അവസരം ലഭിച്ചു. എങ്കിലും ഹെലന് ഏറ്റവും താൽപ്പര്യമുണ്ടായിരുന്നത് ജർമൻ ഭാഷാപഠനം തന്നെയായിരുന്നു.

അതുവരെ നടന്നിരുന്നതുപോലെ എളുപ്പത്തിലായിരുന്നില്ല പിന്നീടുള്ള പഠനത്തിന്റെ ഗതി. പരിഹരിക്കുവാൻ സാധിക്കാത്ത ധാരാളം പ്രശ്നങ്ങൾ അഭിമുഖീകരിക്കേണ്ടി വന്നു. പാഠപുസ്തകങ്ങൾ വളരെയധികം വിഷയങ്ങളെ ഉൾക്കൊള്ളുന്നതായിരുന്നു. അതിൽ പ്രതിപാദിച്ചിരുന്ന കാര്യങ്ങളെല്ലാം ഹെലന്റെ കൈയിൽ എഴുതി ഫലിപ്പിക്കുവാൻ അധ്യാപികയ്ക്ക് സാധിക്കാതെ വന്നു. വേണ്ട സമയത്ത് പാഠപുസ്തകങ്ങൾ ഒന്നും ബ്രെയിലി ലിപിയിൽ ലഭ്യമായിരുന്നില്ല താനും. മറ്റു കുട്ടികളുടെ ഒപ്പമെത്തുന്നതിനു വേണ്ടി കുറെ നാൾ ലാറ്റിൻ ബ്രെയിലി ലിപിയിൽ എഴുതി പഠിപ്പിക്കേണ്ടി വന്നു.

ഹെലനുമായി സംവദിക്കുവാൻ അധ്യാപകർക്കും ചില ബുദ്ധിമുട്ടുകൾ ഉണ്ടായിരുന്നു. ഹെലന്റെ വ്യക്തമല്ലാത്ത സംഭാഷണം മനസിലാക്കിയെടുക്കുന്നതിനും അവളുടെ ചോദ്യങ്ങൾക്കുള്ള ഉത്തരം മനസിലാക്കിച്ചു കൊടുക്കുന്നതിനും അധ്യാപകർക്ക് വലിയ ബുദ്ധിമുട്ട് അനുഭവപ്പെട്ടു. ക്ലാസിൽ വച്ച് നോട്സ് തയാറാക്കുവാനോ, മറ്റ് അഭ്യാസങ്ങൾ നടത്തുന്നതിനോ ഒന്നും അധ്യാപകർ നിർബന്ധിക്കാറില്ലായിരുന്നു. ഇത്തരം ജോലികൾ എല്ലാം ടീച്ചറുടെ സഹായത്തോടെ താമസസ്ഥലത്തുവച്ച് ടൈപ്പ് റൈറ്റർ ഉപയോഗിച്ച് ചെയ്തുപോരുകയായിരുന്നു പതിവ്.

ക്ലാസ് മുറിയിൽ അധ്യാപകർ പറയുന്ന എല്ലാ കാര്യങ്ങളും ടീച്ചർ ഹെലന്റെ കൈയിൽ കൃത്യമായും യാതൊരു മടിയും കൂടാതെ എഴുതി കാണിച്ചുകൊടുക്കുമായിരുന്നു. വീട്ടിൽ വച്ചുള്ള പഠനവേളയിൽ പുതിയ പുതിയ വാക്കുകൾ പഠിപ്പിക്കുവാനും ടീച്ചർ ശ്രദ്ധിച്ചു പോന്നു. അതിനു

പുറമേ നോട്ടുകൾ പല പ്രാവശ്യം വായിച്ചു കൊടുക്കും. ഏറ്റവും ആയാസകരമായ ഒരു ജോലിയായിരുന്നു അത്.

ഹെലനെ പഠിപ്പിക്കുന്നതിനുവേണ്ടി ജർമൻ അധ്യാപികയും സ്കൂൾ മേധാവിയും 'ഫിംഗർ ആൽഫബൈറ്റ്' വളരെ ബുദ്ധിമുട്ടി പഠിച്ചു. ആൻ സളിവന്റെ ബുദ്ധിമുട്ടുകൾ ജർമൻ ടീച്ചർ നന്നായി മനസിലാക്കിയിരുന്നു. അതുകൊണ്ട് ആഴ്ചയിൽ രണ്ടു ദിവസം ഹെലനെ പഠിപ്പിക്കുന്ന ഉത്തരവാദിത്വം അവർ ഏറ്റെടുത്തു. സകലരും ഹെലനെ സഹായിക്കുന്നതിൽ സന്നദ്ധരായിരുന്നു. എന്നാൽ അവരുടെ സഹായത്തിനെല്ലാം പരിധി ഉണ്ടായിരുന്നല്ലോ. കൈ ഉപയോഗിച്ചുകൊണ്ടുള്ള സഹായം മാത്രമല്ലേ സാധിച്ചിരുന്നുള്ളൂ.

ഒരു വർഷത്തെ കഠിനശ്രമ ഫലമായാണ് കണക്കിന്റെ ബാലപാഠങ്ങൾ ഒരുവിധം പഠിപ്പിച്ചു തീർത്തത്. ലാറ്റിൻ, ജർമൻ, ഇംഗ്ലീഷ് തുടങ്ങിയ ഭാഷാപഠനങ്ങളിലും ഗണ്യമായ പുരോഗതി നേടി. ജർമൻ ഭാഷയിൽ രചിക്കപ്പെട്ടിട്ടുള്ള പ്രശസ്തങ്ങളായ സാഹിത്യകൃതികൾ ഒരുവിധമെല്ലാം വായിച്ചുതീർത്തു.

ഹെലന്റെ സജീവ സാന്നിധ്യം ആ സ്കൂളിലെ ഓരോ പ്രവർത്തനത്തിലും ഉണ്ടായിരുന്നു. ഷേക്സ്പിയറുടെ പ്രസിദ്ധ നാടകമായ *As you like it* ഇംഗ്ലീഷ് പ്രൊഫസർ ഹെലനോടൊന്നിച്ച് വായിച്ചു. അതേ രീതിയിൽ പല പ്രശസ്തരുടെയും കൃതികൾ വായിച്ചു. അധ്യാപകരുടെ വിശാല വീക്ഷണവും അതിവിദഗ്ധമായ വിശദീകരണങ്ങളും ഹെലന്റെയും ടീച്ചറുടെയും ജോലി വളരെ എളുപ്പമുള്ളതാക്കി തീർത്തു.

തന്നെപ്പോലെ വിധിയുടെ ക്രൂരമായ വിളയാട്ടത്തിന് വിധേയമായവരും തന്റെ പ്രായത്തിലുള്ളവരുമായ അനേകം പെൺകുട്ടികളുടെ സൗഹൃദം സമ്പാദിക്കാനുള്ള അവസരം തന്റെ ജീവിതത്തിലാദ്യമായി ഹെലന് ലഭിച്ചത് കേംബ്രിഡ്ജ് സ്കൂളിൽ വച്ചാണ്. അവരിൽ ചിലരോടൊന്നിച്ച് സ്കൂളിനടുത്തുള്ള ഒരു വീട്ടിൽ താമസിക്കുവാനുള്ള അവസരവും ലഭിച്ചു. യഥാർഥത്തിലുള്ള കുടുംബജീവിതത്തിന്റെ സുഖവും സന്തോഷവും ആസ്വദിക്കുവാൻ ആ നാളുകളിലാണ് സാധിച്ചതെന്ന് ഹെലൻ രേഖപ്പെടുത്തിയിട്ടുണ്ട്. പാഠ്യവിഷയങ്ങളെക്കുറിച്ചുള്ള ചർച്ചകളും സംവാദങ്ങളും, ദീർഘയാത്രകൾ, പലതരത്തിലുള്ള കായിക വിനോദങ്ങൾ എന്നിങ്ങനെ ജീവിതം അവിടെ ഉല്ലാസപ്രദമായിരുന്നു. പുസ്തകങ്ങളിലെ രസകരമായ ഭാഗങ്ങൾ ഉറക്കെ വായിച്ച് രസിക്കുക എന്നതും ഏറെ കൗതുകകരമായ വിനോദമായിരുന്നു. ആ കൂട്ടത്തിൽപ്പെട്ട ഏതാനും കുട്ടികൾ ഹെലനുമായി സംസാരിക്കുവാൻ പഠിച്ചിരുന്നു.

ആ വർഷത്തെ ക്രിസ്മസ്സ് അവധിക്ക് ഹെലനോടൊന്നിച്ചു താമസിക്കുന്നതിന് അമ്മയും അനുജത്തിയും എത്തിയിരുന്നു. അനുജത്തിക്ക് ആ സ്കൂളിൽ പഠിക്കുന്നതിനുള്ള അനുവാദം സ്കൂൾ മേധാവി നൽകി. അതോടെ അടുത്ത ആറുമാസക്കാലം ഹെലന് മിൽഡ്രഡിനോടൊത്ത് താമസിക്കുവാൻ സാധിച്ചു. പഠനത്തിലും കളിയിലും എല്ലാം സഹായി

ച്ചുകൊണ്ട് ആറുമാസക്കാലം ഊണിലും ഉറക്കത്തിലും പിരിയാതെ മിൽഡ്രഡ് ചേച്ചിയോടൊന്നിച്ചു കഴിഞ്ഞു. ആൻ സളിവന്റെ ശ്രമകരമായ ജോലിക്ക് അൽപ്പം ചില സമയങ്ങളിൽ വിശ്രമവും ലഭിച്ചു.

1897 ജൂൺ 29-ാം തീയതിയാണ് ഹെലൻ ആദ്യമായി പരീക്ഷയെഴുതുന്നത്. ജർമൻ, ഇംഗ്ലീഷ് എന്നീ വിഷയങ്ങളിൽ പ്രശസ്തവിജയം നേടാനും മറ്റുവിഷയങ്ങളിൽ പാസാകുന്നതിന് ആവശ്യമായ മാർക്കു നേടാനും സാധിച്ചു.

ഓരോ പരീക്ഷയും ഹെലനെ സംബന്ധിച്ചിടത്തോളം ഓരോ പരീക്ഷണമായിരുന്നു. ആദ്യത്തെ ദിവസത്തെ പരീക്ഷ ജർമൻ ആയിരുന്നു. ഓരോ ചോദ്യവും വിദ്യാലയ മേധാവി അടുത്തിരുന്ന് വായിച്ചുകൊടുക്കും. ശരിക്കും മനസിലായി എന്ന് ഉറപ്പുവരുത്തുന്നതിന് ഓരോ വാക്യവും വായിച്ചുറപ്പിക്കും. ചോദ്യങ്ങൾ എല്ലാം തന്നെ ഉന്നതനിലവാരം പുലർത്തുന്നതും വളരെ ബുദ്ധിമുട്ടുള്ളതും ആയിരുന്നു. ഉത്തരം ടൈപ്പ് ചെയ്യുമ്പോഴും ഉൽക്കണ്ഠ ബാക്കി നിന്നിരുന്നു. ഉത്തരം ടൈപ്പുചെയ്തു കഴിഞ്ഞാലും അതു വായിച്ചു കേൾപ്പിക്കും. അപ്പോഴപ്പോൾ എന്തെങ്കിലും മാറ്റം വരുത്തണമെങ്കിൽ മാറ്റം വരുത്തുകയും ചെയ്യും. എന്നാൽ ആദ്യത്തെ പരീക്ഷ മാത്രമേ അത്ര എളുപ്പത്തിൽ കഴിഞ്ഞുള്ളൂ. ബാക്കി ഒരു പരീക്ഷയ്ക്കും ഇതുപോലെ സഹായമൊന്നും ലഭിച്ചില്ല.

മറ്റു പരീക്ഷയ്ക്ക് എഴുതിത്തീർത്ത ഉത്തരങ്ങളൊന്നും ആരും വായിച്ചു കേൾപ്പിക്കുവാൻ ഉണ്ടായിരുന്നില്ല. അതുകൊണ്ടുതന്നെ തെറ്റുകൾ പറ്റിയിട്ടുണ്ടോ എന്നും അഥവാ ഉണ്ടെങ്കിൽ തന്നെ അതു തിരുത്തുന്നതിനുള്ള അവസരമോ ലഭിച്ചിരുന്നില്ല. സമയമാകുന്നതിനു മുമ്പേ എഴുതിത്തീർന്നിരുന്നുവെങ്കിൽ മാത്രം ഓർമയിൽ തെളിഞ്ഞുവന്നിരുന്ന തെറ്റുകൾ മാത്രം തിരുത്താൻ കഴിഞ്ഞു. അവ ഉത്തരക്കടലാസിന്റെ ഏറ്റവും ഒടുവിൽ എഴുതുകയാണ് പതിവ്.

ഒന്നാമത്തെ പരീക്ഷയ്ക്കാണ് വർഷാന്ത പരീക്ഷയ്ക്കു ലഭിച്ചതിനേക്കാൾ അധികം മാർക്കു ലഭിച്ചത്. വർഷാന്ത പരീക്ഷയ്ക്ക് വായിച്ചു കേൾപ്പിക്കുവാൻ ആരും ഉണ്ടായിരുന്നില്ല. ആ സ്കൂളിൽ ചേരുന്നതിനു മുമ്പു പഠിച്ചിരുന്ന വിഷയങ്ങളാണ് ആദ്യത്തെ പരീക്ഷയ്ക്ക് ചോദിച്ചത്. വർഷാരംഭത്തിൽ തന്നെ ജർമൻ, ഫ്രഞ്ച്, ഇംഗ്ലീഷ്, ചരിത്രം എന്നീ വിഷയങ്ങൾ എഴുതി പാസായി.

ഹെലന്റെ ഉത്തരക്കടലാസുകൾ പരീക്ഷകർക്ക് അയച്ചുകൊടുക്കുമ്പോൾ അതിനോടൊപ്പം ഒരു പ്രതിജ്ഞാപത്രവും ഉണ്ടാവും. ജർമൻ ഭാഷ ഹെലൻ നന്നായി എഴുതി നല്ല മാർക്കുവാങ്ങിയിട്ടുണ്ടെന്ന് ഒരധ്യാപിക അറിയിച്ചപ്പോൾ ഹെലന്റെ ആത്മവിശ്വാസം വർധിച്ചു. മറ്റു വിഷയങ്ങൾ കൂടുതൽ നന്നായി പഠിച്ചെഴുതുവാൻ ഇത്തരം വാക്കുകൾ ഹെലനിൽ ആത്മവിശ്വാസം വളർത്തുകയും പ്രോത്സാഹനം നൽകുകയും ചെയ്തു.

19

ഒരു സ്വപ്നം സഫലമാകുന്നു

വിജയിക്കും എന്ന ആത്മവിശ്വാസത്തോടുകൂടി തന്നെയാണ് രണ്ടാം വർഷം പഠനം ആരംഭിച്ചത്. എന്നാൽ പഠനം ഒട്ടും എളുപ്പമായിരുന്നില്ല. ഏറ്റവും ബുദ്ധിമുട്ടുള്ള വിഷയങ്ങളായിരുന്നു ആ വർഷം പഠിക്കാനുണ്ടായിരുന്നത്. ഹെലന്റെ എന്നത്തെയും പേടിസ്വപ്നമായിരുന്ന ഗണിതം, കൂടാതെ ശാസ്ത്രവിഷയങ്ങൾ—അതും നക്ഷത്ര ശാസ്ത്രങ്ങൾ എന്നിവയെല്ലാമായിരുന്നു മുഖ്യവിഷയങ്ങൾ. ഇവയ്ക്കു പുറമേ ഗ്രീക്ക്, ലാറ്റിൻ തുടങ്ങിയ ഭാഷകളും പഠിക്കേണ്ടതായി ഉണ്ടായിരുന്നു.

പഠനം ആരംഭിക്കുന്ന സമയത്ത് ഹെലന് ആവശ്യമുള്ള പാഠപുസ്തകങ്ങൾ ഒന്നും തന്നെ ബ്രെയിലിയിൽ ആക്കി ലഭിച്ചിരുന്നില്ല. കൂടാതെ പഠനത്തിനാവശ്യമായ ഉപകരണങ്ങളും ലഭ്യമായിരുന്നില്ല. ക്ലാസിലാണെങ്കിൽ ധാരാളം കുട്ടികൾ ഉണ്ടായിരുന്നതുകൊണ്ട് ഹെലനു മാത്രമായി സ്പെഷ്യൽ ക്ലാസ് എടുക്കാനും സാധിച്ചിരുന്നില്ല. അതുകൊണ്ടു തന്നെ എല്ലാ പുസ്തകങ്ങളും വായിച്ചു മനസിലാക്കിച്ചുകൊടുക്കുവാൻ ആൻ സളിവൻ തന്നെ വേണ്ടിവന്നു. ഇതുകൂടാതെ അധ്യാപകർ പ്രത്യേകമായി പഠിപ്പിക്കുന്നതും ആൻ തന്നെ വിശദീകരിച്ചു കൊടുക്കേണ്ടിവന്നു. ഇത് ആൻ സളിവനെ വല്ലാതെ തളർത്തി. പതിനൊന്നു മാസംകൊണ്ട് അവർക്ക് തന്റെ ആത്മവിശ്വാസം ചോർന്നു പോകുന്നതായി അനുഭവപ്പെട്ടു. ക്ലാസിൽവച്ചു തന്നെ കണക്കു ചേയ്യേണ്ടതായി വന്നത് ഹെലനെയും വിഷമിപ്പിച്ചു. ഒരു ബ്രെയിലിടൈപ്പ് റൈറ്റർ ലഭിക്കുന്നതുവരെ ഈ വക കാര്യങ്ങൾ നിർവഹിക്കുവാൻ വല്ലാത്ത ബുദ്ധിമുട്ട് അനുഭവപ്പെട്ടു. ബ്ലാക് ബോർഡിൽ വരയ്ക്കുന്ന ജ്യോമട്രിയിലെ ചിത്രങ്ങൾ കാണാൻ സാധിക്കാത്തതുകൊണ്ട് അതിന്റെ ആശയംപോലും ഗ്രഹിക്കുവാൻ സാധിച്ചില്ല. ഋജുവായതും വളഞ്ഞതു

മായ കമ്പികൾ ഉപയോഗിച്ചാണ് ഇത്തരം വിഷയങ്ങളിൽ ഏകദേശ ധാരണ ഉണ്ടാക്കിയെടുക്കാൻ സഹായിച്ചത്. ഇത്തരം ഒരുപാടു കാര്യങ്ങൾ മനസിൽ സൂക്ഷിക്കുക എന്നതും ഹെലനെ സംബന്ധിച്ചിടത്തോളം ബുദ്ധിമുട്ടായിരുന്നു.

ഗണിതംപോലെതന്നെ മറ്റു വിഷയങ്ങളും ബുദ്ധിമുട്ടായി തുടങ്ങിയിരുന്നു. ചില അവസരങ്ങളിൽ നിരാശയുടെ പടുകുഴിയിലേയ്ക്ക് വീണുപോയ സന്ദർഭങ്ങളും കുറവല്ല. അതിന്റെയെല്ലാം പ്രതികരണങ്ങൾ അതിഭീകരമായിരുന്നു. പ്രതിഷേധം പ്രകടിപ്പിച്ചിരുന്നത് എല്ലായ്പ്പോഴും ടീച്ചറുടെ നേർക്കായിരുന്നു. കുട്ടിക്കാലത്ത് പ്രകടിപ്പിച്ചിരുന്ന അക്രമാസക്തി കാണിക്കുവാൻ പോലും ഒരു മടിയും ഉണ്ടായിരുന്നില്ല. സ്നേഹത്തിന്റെ ആ സ്ത്രീരൂപം എല്ലായ്പ്പോഴും ഒരു തണലായി, ഏതു പ്രശ്നവും തരണം ചെയ്യാനുള്ള ശക്തിയായി നിലകൊണ്ടു. അവരുടെ പിന്തുണയോടെ എല്ലാ പ്രശ്നങ്ങളിൽനിന്നും സാവകാശത്തിൽ മോചനം നേടി.

ക്രമേണ പ്രശ്നങ്ങളുമായി പൊരുത്തപ്പെടാൻ ഹെലനു സാധിച്ചു. പാഠപുസ്തകങ്ങൾ ബ്രയിലിയിൽ തന്നെ തയാറാക്കി വന്നു. ശാസ്ത്രവിഷയങ്ങൾ അഭ്യസിക്കുന്നതിനു വേണ്ട ഉപകരണങ്ങൾ വന്നതോടുകൂടി ഒരുപരിധി വരെ ബുദ്ധിമുട്ടുകൾ കുറഞ്ഞു എന്നുതന്നെ പറയാം. പഠനം എന്നതിനപ്പുറം വേറൊരു ലോകവും ഇല്ല എന്ന രീതിയിൽ അതിൽ മുഴുകി. അപ്പോഴും ഗണിതശാസ്ത്രവുമായി പൊരുത്തപ്പെട്ടുപോകാൻ സാധിച്ചില്ല. ആ വിഷയത്തോടും യാതൊരു വിധത്തിലുള്ള അഭിരുചിയും തോന്നിയിരുന്നില്ല. മി. കീത്ത് എന്ന അധ്യാപകന്റെ ഏറ്റവും ആത്മാർഥത നിറഞ്ഞ അധ്യയനരീതിയാണ് കണക്കിനെ കൂടുതൽ വെറുക്കാതിരിക്കുവാൻ സഹായിച്ചത്. അദ്ദേഹം സംഖ്യകളെക്കുറിച്ചും മറ്റും വ്യക്തമായ ആശയങ്ങൾ നൽകി.

കോളേജിൽ പോകുന്നതിന്റെ മുന്നോടിയായി അഞ്ചു വർഷത്തെ തയാറെടുപ്പുകൾ മാത്രം മതിയാകുമെന്നാണ് ആദ്യം തോന്നിയത്. എന്നാൽ ആദ്യവർഷത്തെ പരീക്ഷാഫലം പുറത്തുവന്നപ്പോൾ തുടർന്ന് രണ്ടുവർഷത്തെ തയാറെടുപ്പുകൂടി ഉണ്ടായാൽ കോളേജിൽ ചേരാൻ കഴിയും എന്ന തീരുമാനത്തിൽ എത്താൻ കഴിഞ്ഞു. ആദ്യം സ്കൂൾ അധികൃതർ ഈ തീരുമാനത്തോടു യോജിച്ചുവെങ്കിലും പിന്നീട് ആ അഭിപ്രായം മാറ്റി. ഹെലൻ അമിതമായി അധ്വാനിക്കുന്നു എന്ന ഒരു പരാതി അവർക്ക് ഉണ്ടായിരുന്നതുകൊണ്ട് മൂന്നുവർഷംകൂടി പഠിച്ച ശേഷം കോളേജിൽ പോകുന്നതായിരിക്കും നല്ലതെന്ന് അഭിപ്രായപ്പെട്ടു. ഈ അഭിപ്രായം ഹെലന് ഒട്ടും തന്നെ സ്വീകാര്യമായിരുന്നില്ല. ഏറ്റവും അടുത്ത നിമിഷത്തിൽ കോളേജ് പ്രവേശനം, അതായിരുന്നല്ലോ ഹെലന്റെ ജീവിതാഭിലാഷം.

നവംബർ മാസത്തിലെ ഒരുദിവസം ഉണർന്നെഴുന്നേറ്റപ്പോൾ ഹെലന് എന്തോ ഒരു അലസത തോന്നി. അന്നവൾ സ്കൂളിൽ പോയില്ല. കാര്യമായ അസുഖം ഒന്നും ഇല്ല എന്നറിയാമായിരുന്നെങ്കിലും സുഖ

മില്ല എന്ന വിവരമാണ് ആൻ സ്കൂൾ അധികൃതരെ അറിയിച്ചത്. വിവരം അറിഞ്ഞ ഉടനെ സ്കൂൾ മേധാവി പെട്ടെന്നൊരു നിഗമനത്തിലെത്തി; താൻ കരുതിയിരുന്നത് വാസ്തവമാണ്. ഒരു കുട്ടിക്ക് വഹിക്കാവുന്നതിലും എത്രയോ ഇരട്ടി ഭാരമാണ് ഹെലൻ ചുമക്കുന്നത്. അതുകൊണ്ടാണ് അസുഖം വന്നത്. അദ്ദേഹം പാഠ്യപദ്ധതിയിൽ മാറ്റങ്ങൾ വരുത്തി.

സ്കൂൾ ഡയറക്ടർ പരസ്യമായി തന്നെ തന്റെ അഭിപ്രായം പറയാൻ തുടങ്ങി. ആർതർ ഗിൽമാൻ എന്നായിരുന്നു അദ്ദേഹത്തിന്റെ പേര്. ആൻ ഹെലനെക്കൊണ്ട് അമിതമായി അധ്വാനിപ്പിക്കുന്നു എന്നതായിരുന്നു അദ്ദേഹത്തിന്റെ ആക്ഷേപം. ഈ ആരോപണത്തിൽ അൽപ്പം പോലും കഴമ്പുണ്ടായിരുന്നില്ല. പരിപൂർണമായ കാഴ്ചശക്തിയില്ലാത്ത ആൻ ചെയ്തിരുന്ന പ്രവൃത്തികൾ ഹെലന്റെ അധ്വാനത്തേക്കാൾ എത്രയോ മടങ്ങ് കൂടുതലായിരുന്നു. അതാരും മനസിലാക്കുവാൻ ശ്രമിച്ചില്ല. ആർതർ ഗിൽമാൻ അമ്മയ്ക്ക് നേരിട്ട് കത്തെഴുതി; ആൻ ഹെലനെ പഠിത്തത്തിന്റെ കാര്യം പറഞ്ഞ് വല്ലാതെ കഷ്ടപ്പെടുത്തുന്നു. അത് കുട്ടിയുടെ ആരോഗ്യസ്ഥിതിയെപ്പോലും പ്രതികൂലമായി ബാധിക്കുവാൻ ഇടയാകും. ഹെലൻ ആനിനൊപ്പമുള്ള താമസം അവസാനിപ്പിക്കുവാനും ഗിൽമാന്റെ ചുമതലയിൽ അധ്യയനം തുടരാനും ആവശ്യപ്പെട്ടുകൊണ്ടുള്ള ഒരു ടെലഗ്രാം ആയിരുന്നു അമ്മയുടെ മറുപടി.

ഹെലന്റെ സഹോദരി മിൽഡ്രഡ് ഹെലനോടൊപ്പം താമസിച്ചായിരുന്നു അപ്പോഴും പഠിച്ചിരുന്നത്. അവർ രണ്ടുപേരും ടീച്ചറെ വിട്ട് ഗിൽമാനോടൊപ്പം പോകാൻ വിസമ്മതിച്ചു. ആൻ അന്നുതന്നെ സ്കൂൾവിട്ടു പോയി. എങ്കിലും അവർ വെറുതെയിരുന്നില്ല. ഹെലന്റെ അമ്മ, അലക്സാണ്ടർ ഗ്രഹാംബെൽ, വികലാംഗക്ഷേമ പ്രവർത്തകയായ എലീനർ ഹട്ടൺ തുടങ്ങി നിരവധിപേർക്ക് സകല കാര്യങ്ങളും വിശദീകരിച്ചുകൊണ്ട് കമ്പി സന്ദേശം അയച്ചു. അടുത്തദിവസം സ്കൂളിൽ തിരിച്ചെത്തിയ ആൻ, ഹെലനേയും മിൽഡ്രഡിനേയും കാണാതെ മടങ്ങുകയില്ല എന്ന് ശഠിച്ചു. ആൻ കുട്ടികളെയും കൂട്ടി തന്റെ താമസസ്ഥലത്തേയ്ക്ക് തിരിച്ചുപോയി. ആൻ സളിവന്റെയും ഒപ്പം ഹെലന്റെയും സുഹൃത്തായ ജോസഫ് ഇ ചേംബർലിൻ, മി. ഗിൽമാനുമായി സംസാരിച്ച് ഒരു മധ്യസ്ഥതയിൽ എത്തിയതിനെ തുടർന്ന് അവരെ വീട്ടിൽ താമസിപ്പിച്ച് പഠിപ്പിക്കാനുള്ള അനുവാദം നേടിയെടുത്തു. അവസാനം ഹെലന്റെ അമ്മ വന്ന് ഹെലനേയും മിൽഡ്രഡിനേയും കേംബ്രിഡ്ജ് സ്കൂളിൽനിന്നും തിരികെക്കൊണ്ടുപോയി. ഗ്രഹാംബെൽ ഒരു പ്രതിനിധിയെ അയച്ച് സ്കൂളിലെ സംഭവവികാസങ്ങളുടെ തെളിവെടുപ്പ് നടത്തി.

പിന്നീട് ഹെലൻ കേംബ്രിഡ്ജിലേയ്ക്ക് തിരിച്ചു പോയില്ല. മസാച്ചുസെറ്റ്സിലെ റെന്താം എന്ന സ്ഥലത്തുള്ള ചേംബർലിന്റെ വീട്ടിൽ താമസിച്ചുകൊണ്ട് റാഡ്ക്ലിഫ് കോളെജിൽ പ്രവേശനം നേടാൻ വേണ്ട ഒരുക്കങ്ങൾ ആരംഭിച്ചു. ആൻ സളിവന്റെ നേതൃത്വത്തിൻ കീഴിൽ ശിക്ഷ

ണത്തിന് മറ്റ് അധ്യാപകരും ഉണ്ടായിരുന്നു. ഹെലനെയും ആൻ സളിവനേയും എന്നന്നേയ്ക്കുമായി വേർപിരിക്കുക എന്ന ഗൂഢോദ്ദേശ്യം ഫലം കാണാതെ പോയി. തങ്ങളിൽ ഒരാളുടെ മരണത്തിനു മാത്രമേ അവരെ വേർപെടുത്താൻ കഴിഞ്ഞുള്ളൂ.

കേംബ്രിഡ്ജിലെ തന്നെ അധ്യാപകനായിരുന്ന മി. കീത്ത് ആഴ്ചയിൽ രണ്ടു ദിവസം ഗണിതശാസ്ത്രം, ഗ്രീക്ക്, ലാറ്റിൻ എന്നീ വിഷയങ്ങൾ പഠിപ്പിച്ചുതുടങ്ങി. ആൻ അതെല്ലാം വിശദീകരിച്ച് പറഞ്ഞുകൊടുത്തു പോന്നു.

താമസം ബോസ്റ്റണിലേക്കു മാറ്റിയപ്പോൾ മി. കീത്ത് ആഴ്ചയിൽ അഞ്ചു ദിവസം പാഠങ്ങൾ പഠിപ്പിക്കുന്നതിനായി എത്തി. ഈ രീതി ഏതാണ്ട് എട്ടുമാസക്കാലം തുടർന്നു. ഓരോ പുതിയ പാഠവും പഠിപ്പിക്കുന്നതിനു മുമ്പ് കഴിഞ്ഞ പാഠങ്ങളിലെ സംശയങ്ങൾ മുഴുവൻ ദൂരീകരിക്കുന്ന പതിവുണ്ടായിരുന്നു. ഏതെങ്കിലും പാഠഭാഗത്ത് എന്തെങ്കിലും സംശയമുണ്ടെന്നു തോന്നിയാൽ അതുമനസിലാക്കി കൊടുത്ത ശേഷം മാത്രമേ അടുത്ത പാഠത്തിലേക്കു കടക്കുകയുള്ളൂ. ഗ്രീക്ക്, ലാറ്റിൻ തുടങ്ങിയ ഭാഷാപഠനങ്ങൾ നടത്തുമ്പോൾ അഭ്യാസങ്ങൾ തിരുത്തുന്ന ജോലി അധ്യാപകൻ തന്റെ വീട്ടിൽ വച്ചാണ് നടത്താറ് പതിവ്.

ക്ലാസ് മുറികളിൽ മറ്റുകുട്ടികളോടൊപ്പമിരുന്ന് പഠിക്കുന്നതിനേക്കാൾ ഹെലന് സന്തോഷം തോന്നിയത് ഒറ്റയ്ക്കിരുന്നുള്ള അധ്യയന രീതിയായിരുന്നു. അധ്യാപകന് കൂടുതൽ സമയം ലഭിച്ചിരുന്നതുകൊണ്ട് അൽപ്പം പോലും തിടുക്കം കൂട്ടേണ്ട ആവശ്യവും ഇല്ലായിരുന്നു. സംശയങ്ങൾ എല്ലാം അപ്പോഴപ്പോൾ തന്നെ ദൂരീകരിക്കുവാനും സാധിച്ചിരുന്നു. അതുകൊണ്ട് പഠനം വേഗത്തിലായി എന്നുമാത്രമല്ല; ഓരോ വിഷയവും വിശദമായി, നന്നായി പഠിക്കുവാൻ സാധിച്ചു.

മറ്റു വിഷയങ്ങളെപ്പോലെ ഗണിതശാസ്ത്രവും തനിക്ക് എളുപ്പം വഴങ്ങിയെങ്കിൽ എന്ന് ഹെലൻ എപ്പോഴും പ്രാർഥിക്കുമായിരുന്നു. ഏറ്റവും എളുപ്പത്തിൽ മനസിലാക്കിയെടുക്കാവുന്നത്ര ലളിതമായാണ് മി. കീത്ത് ഹെലനെ കണക്കു പഠിപ്പിച്ചിരുന്നത്. ഹെലന്റെ മനസ്സ് എല്ലാ സമയത്തും ജാഗ്രത്തായി നിലനിർത്തുവാൻ അദ്ദേഹം ശ്രമിച്ചു. വാത്സല്യപൂർണമായ അദ്ദേഹത്തിന്റെ പെരുമാറ്റം ഹെലനെ സന്തോഷവതിയാക്കി. വ്യക്തമായ ചിന്താ സരണി രൂപപ്പെടുത്തുവാൻ അദ്ദേഹം സദാ ശ്രമിച്ചുകൊണ്ടിരുന്നു.

റാഡ്ക്ലിഫ് കോളെജിലെ പ്രവേശന പരീക്ഷ രണ്ടു ദിവസം നീണ്ടുനിന്നു. ചോദ്യപേപ്പർ വായിച്ചു കൊടുക്കുവാൻ ആൻ സളിവന് അനുവാദം നൽകിയില്ല. അന്ധവിദ്യാലയത്തിലെ ഒരു വ്യക്തിയെ ഉത്തരങ്ങൾ ബ്രെയിലി ലിപിയിൽ എഴുതുന്നതിനായി ഏർപ്പാടാക്കി. ഭാഷയെ സംബന്ധിച്ചിടത്തോളം ഇത് വളരെ ഗുണം ചെയ്യുന്ന ഒരു രീതിയായിരുന്നു. എന്നാൽ കണക്കിന് ഈ ഏർപ്പാട് ദോഷമാണ് ചെയ്തത്. അത് ആ ബാലികയെ വല്ലാതെ സങ്കടപ്പെടുത്തി. അമേരിക്കയിൽ സാർവത്രിക

മായി ഉപയോഗിച്ചിരുന്ന ബ്രെയ്‌ലി ലിപിയാണ് ഹെലന് സ്വായത്തമായിരുന്നത്. എന്നാൽ കണക്ക് ചെയ്യാൻ ഉപയോഗിച്ചിരുന്നതാകട്ടെ, ഇംഗ്ലീഷ് ബ്രെയിലി ലിപിയും.

പരീക്ഷയ്ക്കു രണ്ടു ദിവസം ബാക്കി നിൽക്കേ, ഗണിത ശാസ്ത്രത്തിലുള്ള മുൻവർഷത്തെ ഒരു ചോദ്യപ്പേപ്പറിന്റെ പകർപ്പ് ഹെലന് എത്തിച്ചുകൊടുത്തിരുന്നു. അത് അമേരിക്കൻ ബ്രെയിലി ലിപിയിൽ എഴുതിയിരിക്കുന്നതു കണ്ട് ഹെലൻ അമ്പരന്നു പോയി. പൊങ്ങിയ അച്ചടിയിലുള്ള ചോദ്യപേപ്പറാണ് സാധാരണഗതിയിൽ വായിച്ചു ശീലിച്ചിരുന്നത്. അല്ലെങ്കിൽ അക്കങ്ങളും അക്ഷരങ്ങളും കൈയിൽ എഴുതിക്കാണിക്കുന്ന സമ്പ്രദായം. സാധാരണഗതിയിൽ ഉത്തരങ്ങൾ മനക്കണക്കായി ചെയ്യുകയാണ് പതിവ്. എഴുതിച്ചെയ്യാനുള്ള പരിശീലനം ശരിക്ക് ലഭ്യമായിരുന്നില്ല. അതുകൊണ്ടു തന്നെ ഉത്തരങ്ങൾ കണ്ടുപിടിക്കാൻ വല്ലാതെ ബുദ്ധിമുട്ടേണ്ടിവന്നു.

ആരുടേയും മന:പൂർവമായ പ്രവൃത്തികൊണ്ടല്ലെങ്കിലും ഹെലനെ സംബന്ധിച്ചിടത്തോളം പ്രവേശന പരീക്ഷ വളരെ വിഷമം പിടിച്ച ഒന്നായിരുന്നു. എന്നാൽ എല്ലാ പരീക്ഷണങ്ങളെയും തരണം ചെയ്യാൻ സാധിക്കും എന്ന ആത്മവിശ്വാസം എന്നും ഹെലനോടൊപ്പം ഉണ്ടായിരുന്നു. കഠിനപരിശ്രമവും ആത്മവിശ്വാസവും ആൻ നടത്തിയ പ്രോത്സാഹകജനകമായ പ്രവർത്തനങ്ങളുമാണ് ഹെലന്റെ കോളേജ് പ്രവേശനം എന്ന സ്വപ്നം സാക്ഷാൽക്കരിക്കുവാൻ ഇടയാക്കിയത്.

ആ യജ്ഞം ഫലം കണ്ടു. ഇനി എന്നു വേണമെങ്കിലും റാഡ്ക്ലിഫ് കോളേജിൽ ചേർന്ന് പഠനം ആരംഭിക്കാം. അപ്പോഴും ആ മനസിൽ ഒരു സംശയം കടന്നുകൂടി. ഒരു വർഷം കൂടി ആന്റെ നേതൃത്വത്തിൽ മി. കീത്തിന്റെ ശിക്ഷണത്തിൽ പഠിച്ചാലോ എന്നും തോന്നി. കോളേജിൽ ചേർന്നു പഠിക്കുക എന്ന ചിരകാല സ്വപ്നം സാക്ഷാൽക്കരിച്ചത് ആയിരത്തിത്തൊള്ളായിരത്തിലായിരുന്നു.

20

ക്യാമ്പസ് എന്ന അനുഭവം

ഹാർവാർഡ് കോളേജിനുണ്ടായിരുന്ന അതേ സ്ഥാനമായിരുന്നു പ്രശസ്തമായ റാഡ്ക്ലിഫ് കോളേജിനും ഉണ്ടായിരുന്നത്. ഹാർവാർഡ് ആൺകുട്ടികൾക്കുവേണ്ടിയുള്ള കോളേജായിരുന്നു. റാഡ്ക്ലിഫ് പെൺകുട്ടികൾക്കുള്ളതും. തന്റെ കോളേജിലെ ആദ്യദിവസം ഹെലന് വ്യക്തമായി ഓർമയുണ്ട്. തികച്ചും ഉല്ലാസപ്രദമായ ഒരുദിവസം. വർഷങ്ങളുടെ നീണ്ട പരിശ്രമത്തിന്റെയും കാത്തിരിപ്പിന്റെയും ശുഭപര്യവസായിയായ ദിനം! ഹെലന്റെ പ്രതീക്ഷകൾ ചിറകുവിരിച്ചാടി. കാഴ്ചയും കേൾവിയും നഷ്ടപ്പെട്ട മറ്റു കുട്ടികളോടൊന്നിച്ചുള്ള സഹവാസം ഹെലന്റെ ആത്മവിശ്വാസം വർധിപ്പിക്കുവാൻ സഹായകമായി. തന്നെപ്പോലെ ചിന്തിക്കുന്നവരും പ്രയത്നശീലരും ആയ പെൺകുട്ടികൾ ധാരാളം ഉണ്ടായേക്കാം എന്ന വിശ്വാസം കോളേജുമായുള്ള ഹൃദയബന്ധം കൂടുതൽ ഊട്ടിയുറപ്പിക്കുവാൻ സഹായിച്ചു.

റാഡ്ക്ലിഫ് ഒരുപുതിയ ലോകമാണ് ഹെലന്റെ മുമ്പിൽ തുറന്നിട്ടത്. വലിയ ഉത്സാഹത്തോടെ ഹെലൻ പഠനം ആരംഭിച്ചു. പുതിയ പ്രകാശത്തിലേക്കും സൗന്ദര്യക്കാഴ്ചകളിലേക്കും അത് ഹെലനെ നയിച്ചു. മനസിന്റെ വിശാലലോകത്തെക്കുറിച്ച് ബോധവതിയായിരുന്ന ഹെലൻ മനസിനെക്കുറിച്ച് ഇപ്രകാരം അഭിപ്രായപ്പെട്ടു: “മനസാകുന്ന അത്ഭുത പ്രപഞ്ചത്തിൽ എല്ലാവരെയുംപോലെ ഞാനും സ്വതന്ത്രയാണ്.”

അത്ഭുതങ്ങളുടെ മായികലോകമാണ് കോളേജ് എന്ന ധാരണ വളരെ എളുപ്പത്തിൽത്തന്നെ തിരുത്തിക്കുറിക്കപ്പെട്ടു. സ്കൂൾ വിദ്യാഭ്യാസകാലത്തെ തന്റെ സുന്ദരസ്വപ്നങ്ങൾക്ക് വളരെവേഗം തന്നെ മങ്ങലേറ്റു. ഭാവനയിൽ കണ്ടിരുന്ന സൗന്ദര്യമൊന്നും അതിനില്ലെന്ന് വളരെ പെട്ടെന്നുതന്നെ മനസിലാക്കുവാൻ സാധിച്ചു. വീണ്ടും നിരാശയും

ദു:ഖവും ഹെലനെ ഭരിക്കുവാൻ തുടങ്ങി.

കോളേജ് ജീവിതം ആരംഭിച്ചപ്പോഴാണ് സമയത്തിന്റെ പരിമിതി ശരിക്കും ബോധ്യമായത്. മുമ്പ് പഠിക്കാൻ ധാരാളം കാര്യങ്ങൾ ഉണ്ടായിരുന്നെങ്കിലും ചിന്തിക്കാനും കാര്യകാരണ വിവേചനം നടത്താനും ധാരാളം സമയം ലഭിച്ചിരുന്നു. കോളേജിൽ അതിനൊന്നും സമയം തികഞ്ഞില്ല. കോളേജിൽ പോകുന്നത്, ചിന്തിക്കാനല്ലല്ലോ പഠിക്കാനല്ലേ? കോളേജിലേക്കുള്ള യാത്രാവേളയിൽ തനിക്ക് പ്രിയപ്പെട്ട പലതും കവാടത്തിനടുത്തുള്ള വൃക്ഷച്ചുവട്ടിൽ ഉപേക്ഷിച്ച ശേഷമായിരിക്കും ക്ലാസ് മുറിയിലേയ്ക്ക് കയറുക. ഇത് തീർത്തും ദുസ്സഹമായ ഒരു അവസ്ഥാവിശേഷമായിരുന്നു.

റാഡ്ക്ലിഫ് കോളേജിൽ നിന്ന് ഹെലന് ബിരുദം ലഭിച്ചപ്പോൾ

ക്ലാസ് മുറികളിലെ ഒറ്റപ്പെടലാണ് ഹെലനെ ഏറ്റവും കൂടുതൽ തളർത്തിയത്. പ്രൊഫസർ അകലെ നിന്നാണ് സംസാരിക്കുക! അത് വേഗത്തിൽ കൈയിൽ എഴുതിക്കൊടുക്കും. പ്രൊഫസറോടൊപ്പമെത്താനുള്ള തിടുക്കത്തിൽ പലപ്പോഴും പലതും വിട്ടുപോകും. എഴുതിക്കൊടുക്കുന്ന വാക്കുകൾപോലും എത്തിപ്പിടിക്കാനുള്ള സാവകാശം ഉണ്ടാവുകയില്ല. മുയലിനെ പിടിക്കാൻ ഓടുന്ന നായയെപോലെയാണ് കൈയിലൂടെ വാക്കുകളുടെ പാച്ചിൽ. നായയ്ക്കുണ്ടോ മുയലിനെ പിടിക്കുവാൻ സാധിക്കുന്നു?

ഒരു കാര്യത്തിലും ഹെലന് അപകർഷബോധം അനുഭവപ്പെട്ടിട്ടില്ല. നോട്സ് കുറിച്ചെടുക്കുന്ന കാര്യത്തിൽ താൻ മറ്റുകുട്ടികളെക്കാൾ പിറകിലാണെന്നൊന്നും ഹെലൻ വിശ്വസിച്ചിരുന്നില്ല. കേൾക്കുന്ന സമയത്തു തന്നെ കുറിച്ചെടുത്താലല്ലേ, എല്ലാ കാര്യങ്ങളും ഗ്രഹിക്കുവാൻ സാധിക്കൂ! പലപ്പോഴും അതിനു സാധിക്കാറില്ല. കൈകൾ പഠിപ്പിക്കുന്ന കാര്യത്തിൽ മാത്രം മുഴുകിയിരിക്കുന്നതുകൊണ്ട് യഥാസമയം നോട്ട് കുറിക്കുവാൻ സാധിക്കുകയില്ല. എങ്കിലും വീട്ടിലെത്തിയാലുടനെ ഓർമയിൽ നിൽക്കുന്ന കാര്യങ്ങളെല്ലാം അതീവ ശ്രദ്ധയോടെ കുറിച്ചു വയ്ക്കും. നോട്ടുകൾ കുറിക്കുക, പാഠഭാഗത്തെക്കുറിച്ച് തന്റെ അഭിപ്രായം രേഖപ്പെടുത്തുക, അഭ്യാസങ്ങൾ ചെയ്യുക, ഗൃഹപാഠം ചെയ്യുക പരീക്ഷകൾക്കു തയാറെടുക്കുക എന്നിവയെല്ലാം ടൈപ്പ് റൈറ്ററിന്റെ സഹായത്തോടെയാണ് നടത്തുക പതിവ്. തന്റെ അറിവ് എത്രമാത്രം പരിമിത

മാണ് എന്ന് അധ്യാപകർക്ക് മനസിലാക്കിയെടുക്കുവാൻ വലിയ ബുദ്ധി മുട്ടൊന്നും ഉണ്ടായിരുന്നില്ല. അവസാനം ഒരു സ്പെഷ്യൽ ടൈപ്പ് റൈറ്റർ കരസ്ഥമാക്കാൻ സാധിച്ചു. അതുപയോഗിച്ച് ഗ്രീക്ക്, ഫ്രഞ്ച്, ലാറ്റിൻ, ഗണിതം തുടങ്ങി വിവിധ വിഷയങ്ങൾ ടൈപ്പു ചെയ്യാൻ സാധിച്ചിരുന്നു.

അന്ധവിദ്യാർഥികൾക്കുവേണ്ടി പല വിഷയങ്ങളെ പ്രതിപാദിക്കുന്ന ധാരാളം പുസ്തകങ്ങൾ ഇക്കാലത്ത് അച്ചടിച്ചു വന്നു. അവയിലെയെല്ലാം ഉള്ളടക്കം കൈവെള്ളയിൽ എഴുതി കാണിക്കുക മാത്രമേ നിവൃത്തിയുണ്ടായിരുന്നുള്ളൂ. അതും ഹെലനെ കുഴക്കി. താൻ ഇതിനെല്ലാം വേണ്ടി സമയം ചെലവഴിക്കുമ്പോൾ കൂട്ടുകാരികൾ നൃത്തം ചെയ്യുക, കളിക്കുക, ചിരിക്കുക എന്നീ വിനോദങ്ങളിൽ ഏർപ്പെടുകയായിരിക്കും പതിവ്. അതു കാണുമ്പോൾ മനസിൽ നിരാശ ജനിച്ചിരുന്ന അവസരങ്ങളും കുറവല്ല. എന്നാൽ അതിൽ ആമഗ്നയായി പോകാതെ വേഗം തന്നെ ആത്മവിശ്വാസം വീണ്ടെടുത്ത് തന്റെ ജോലി വേഗം അവസാനിപ്പിച്ച് അവരോടൊപ്പം കളിചിരിയിൽ പങ്കെടുക്കാനെത്തും.

ഹെലനെ സഹായിക്കുവാനും ധൈര്യം നൽകാനും പ്രോത്സാഹിപ്പിക്കാനും ഒരുപാട് അഭ്യുദയകാംക്ഷികൾ ഉണ്ടായിരുന്നു. അന്ധർക്കു വേണ്ടി സേവനം അനുഷ്ഠിക്കുന്ന പ്രസിദ്ധരായ പല സുമനസുകളും ഹെലന് ആവശ്യമുള്ള പല പുസ്തകങ്ങളും എത്തിച്ചു കൊടുക്കുമായിരുന്നു. തന്റെ ജീവിതസമരത്തിന് ശക്തി പകരാൻ ധാരാളം പേരുണ്ടെന്ന സത്യം ഹെലന് സന്തോഷം പകർന്നു. ഹെലന് ഏറ്റവും അധികം പ്രേരണാജനകമായിരുന്നു ഇത്തരം പ്രോത്സാഹനങ്ങൾ.

ഹെലന് വളരെയധികം പ്രോത്സാഹനം നൽകിയ സാഹിത്യകാരനായിരുന്നു മി. വിറ്റിയർ (Whittier). ഉയർന്ന അച്ചടിയിൽ ഒരു കവിതാസമാഹാരം അദ്ദേഹം പ്രസിദ്ധീകരിച്ചിരുന്നു. അതിൽ ചില കവിതകൾ ഹെലൻ ചൊല്ലിയത് അദ്ദേഹത്തെ വിസ്മയിപ്പിച്ചു. ഉച്ചാരണശുദ്ധിയിൽ ആകൃഷ്ടനായ അദ്ദേഹം പറഞ്ഞു "നീ പറയുന്നത് മനസിലാക്കാൻ എനിക്ക് യാതൊരു ബുദ്ധിമുട്ടും ഇല്ല." ഹെലന്റെ ധൈര്യം വർധിപ്പിക്കുന്നതിന് ഉതകുന്നതായിരുന്നു ഈ വാക്കുകൾ.

ആൻ സളിവന്റെ പ്രവർത്തനങ്ങളിൽ വളരെയധികം മതിപ്പ് അദ്ദേഹത്തിനുണ്ടായിരുന്നു. ആ സൗഹൃദം ദീർഘകാലം നീണ്ടുനിന്നില്ല. അടുത്ത വേനലവധിക്ക് കാണാമെന്നു പറഞ്ഞ് പിരിഞ്ഞ ഹെലന് വാക്കു പാലിക്കാനായില്ല. ഹെലൻ എത്തിയപ്പോഴേക്കും അദ്ദേഹം മരിച്ചു കഴിഞ്ഞിരുന്നു.

ആനിന്റെ ശിക്ഷണത്തിലുള്ള പഠനം ഫലം കണ്ടു. ഒന്നാം വർഷത്തെ കോളേജ് വിദ്യാഭ്യാസം ഹെലൻ വിജയകരമായി പൂർത്തിയാക്കി. ഇംഗ്ലീഷ്, ലാറ്റിൻ എന്നീ വിഷയങ്ങൾക്കു പുറമേ, അമേരിക്കയിലെയും യൂറോപ്പിലെയും ഭരണ സമ്പ്രദായങ്ങൾ എന്നിവയും രണ്ടാം വർഷം പഠിക്കാനുണ്ടായിരുന്നു. ഇംഗ്ലീഷ് ക്ലാസുകൾ എന്നും ഹെലനെ ആകർഷിച്ചിരുന്നു. ക്ലാസുകൾ സജീവമാക്കുന്നതിൽ അധ്യാപകർ വളരെ വലിയ

റാഡ്ക്ലിഫ് കോളേജ്

പങ്കുവഹിച്ചു. പാഠ്യവിഷയങ്ങൾ ഫലിത പൂർണമായി തന്നെ അധ്യാപകർ അവതരിപ്പിച്ചു. പുസ്തകങ്ങളിലെ പുതുമയും ഭാവങ്ങൾ ചോർന്നു പോകാത്ത രീതിയിലുള്ള അധ്യയനവും ഹെലനെ രസിപ്പിച്ചു. ഒന്നാം വർഷം ഉണ്ടായിരുന്ന ബുദ്ധിമുട്ടുകളൊന്നും രണ്ടാം വർഷത്തിൽ അനുഭവപ്പെട്ടിട്ടില്ല. അല്ലെങ്കിൽ ആ ബുദ്ധിമുട്ടുകളുമായി പൊരുത്തപ്പെട്ടു കഴിഞ്ഞു എന്നു വിചാരിക്കാം.

മൂന്നാംവർഷത്തെയും സ്ഥിതി അതുതന്നെയായിരുന്നു. തനിക്ക് ഏറെ താൽപ്പര്യമുള്ള വിഷയങ്ങളായിരുന്നു ആ വർഷം പഠിക്കാനുണ്ടായിരുന്നത്. മറ്റു രാജ്യങ്ങളുടെ ചരിത്രം, സംസ്കാരം, ആചാരരീതികൾ, നടപടിക്രമങ്ങൾ എന്നിവയെല്ലാമായിരുന്നു ആ വർഷത്തെ പാഠ്യപദ്ധതിയിൽ ഉൾപ്പെട്ടിരുന്നത്. ഇഷ്ടവിഷയങ്ങൾ ആയിരുന്നതുകൊണ്ട് അതിൽ അഗാധമായ അറിവുകൾ നേടാൻ താൽപ്പര്യം പ്രകടിപ്പിക്കുകയും അതെല്ലാം നേടിയെടുക്കുകയും ചെയ്തു.

അത്ഭുതങ്ങൾ കാഴ്ചവയ്ക്കുന്നവരാണ് കലാലയാധ്യാപകർ എന്നാണ് ഹെലൻ കരുതിയിരുന്നത്. ആ പ്രതീക്ഷകൾക്കെല്ലാം വളരെ വേഗം മങ്ങലേറ്റു. എന്നാൽ ഇംഗ്ലീഷ് അധ്യാപകരെപ്പോലെ ചുരുക്കം ചിലർ ഹെലന്റെ പ്രതീക്ഷയ്ക്കും അപ്പുറമായിരുന്നു. വിശ്വമഹാകവി വില്യം ഷേക്സ്പിയറുടെ മഹത്വത്തെ പ്രകീർത്തിച്ചുകൊണ്ട് പ്രതിഭാശാലിയായ ഇംഗ്ലീഷ് അധ്യാപകൻ നടത്തിയ പ്രസംഗം എന്നും ഹെലന്റെ മനസിലുണ്ടായിരുന്നു. ഭൂരിഭാഗം അധ്യാപകരും പാഠപുസ്തകങ്ങളെ ഉപജീവിച്ചുകൊണ്ടുള്ള വിശദീകരണങ്ങളിൽ മാത്രം ശ്രദ്ധകേന്ദ്രീകരിക്കുകയാണ് ചെയ്തത്. പലപ്പോഴും പാഠ്യവിഷയങ്ങളിലെ പല

പ്രധാന ഭാഗങ്ങളും പഠിക്കാതെ ഉപേക്ഷിക്കേണ്ടിവന്നിട്ടുണ്ട്. വിഷയങ്ങളുടെ കാഠിന്യവും വൈപുല്യവും തന്നെയാണ് അതിനു കാരണം ഒരു ദിവസം തന്നെ വ്യത്യസ്തങ്ങളായ പ്രമേയങ്ങൾ ഉൾക്കൊള്ളുന്ന വ്യത്യസ്തഭാഷയിലുള്ളവ പഠിക്കേണ്ടിവരുമ്പോൾ വായിക്കുന്നതിന്റെ ഉദ്ദേശ്യം പോലും പലപ്പോഴും നഷ്ടപ്പെട്ടു പോകും.

പരീക്ഷകളിൽ എല്ലാം ജയിക്കാറുണ്ടായിരുന്നെങ്കിലും പരീക്ഷ എന്നും ഒരു ദു:സ്വപ്നമായി തന്നെ നിലകൊണ്ടു. പരീക്ഷ അടുത്തു വരുന്തോറും പരിഭ്രമവും വർധിച്ചു വരും. മനസിൽ ആശയങ്ങളും അക്കങ്ങളും തീയതികളും തുടങ്ങി സകല കാര്യങ്ങളും വന്നു നിറയും. ശരിക്കും ഭ്രാന്തുപിടിക്കുന്ന ഒരവസ്ഥ. സകല പാഠപുസ്തകങ്ങളും കടലിലേക്ക് വലിച്ചെറിഞ്ഞ് ഏതെങ്കിലും ഗുഹയിൽ പോയി ഒളിച്ചിരുന്നാലോ എന്നാലോചിക്കും. എന്നാൽ ഏറ്റവും ഭീതിജനകമായ ആ മണിക്കൂറുകൾ തന്നെ തേടിയെത്തുമ്പോൾ സമചിത്തത കൈവരിക്കുവാൻ സാധിക്കാറുണ്ട്. പഠിച്ചതെല്ലാം പരീക്ഷാ സമയത്ത് മനസിൽ കടന്നു വരാറുണ്ട്. എന്തെങ്കിലും ഓർമപ്പിശക് പറ്റിയാൽ അതൊരിക്കലും സഹിക്കാനും കഴിയുമായിരുന്നില്ല. ആ അവസരത്തിൽ ആശ്വസിപ്പിക്കാനെത്തുന്ന ആനിന്റെ നേരെ ദേഷ്യപ്പെടുകയും ചെയ്യും.

ആനിന്റെ സഹായം ഒന്നുകൊണ്ടു മാത്രമാണ് ഹെലന്റെ കോളേജ് ജീവിതം ഏറ്റവും നന്നായി തിളങ്ങിയത്. ലക്ചർ നോട്ടുകളും ബ്രെയിലി ലിപിയിൽ ലഭ്യമല്ലാത്ത പുസ്തകങ്ങളും എല്ലാം ആൻ സ്പർശഭാഷയിൽ പരിഭാഷപ്പെടുത്തി. ആർതർ ഗിൽമാൻ ആരോപിച്ചതുപോലെ, ആൻ ഹെലനെക്കൊണ്ട് അമിതഭാരം എടുപ്പിക്കുകയായിരുന്നില്ല ചെയ്തത്. മറിച്ച് ഹെലനു വേണ്ടി താൻ സ്വയം അമിതഭാരം ഏറ്റെടുക്കുകയായിരുന്നു. പൊതുവെ, ആരോഗ്യക്കുറവുണ്ടായിരുന്ന ആനിന്റെ മിഴികൾ അമിതാധ്വാനംകൊണ്ട് ശരിക്കും തളർന്നു പോയി. ദിവസവും ചുരുങ്ങിയത്, അഞ്ചു മണിക്കൂറെങ്കിലും ഹെലന് വായിച്ചുകൊടുക്കാറുണ്ടെന്നു പറഞ്ഞപ്പോൾ ഡോക്ടർ പറഞ്ഞത് മിസ്, സളിവൻ, നിങ്ങൾക്ക് മുഴുഭ്രാന്താണ്. നിങ്ങളുടെ കണ്ണുകൾക്ക് വേണ്ടരീതിയിൽ വിശ്രമം നൽകിയില്ലെങ്കിൽ മിസ്. കെലറിന് ഒരിക്കലും കോളേജ് വിദ്യാഭ്യാസം പൂർത്തീകരിക്കുവാൻ സാധിക്കുകയില്ല. ഇരട്ടലെൻസുള്ള കണ്ണടകൾ ഉപയോഗിച്ചാണ് ആൻ വായിച്ചിരുന്നത്. എന്നാൽ ഏറ്റവും അത്ഭുതകരമായ ഒരു കാര്യം കണ്ണട ധരിച്ചുകൊണ്ടുള്ള ആൻ സളിവന്റെ ഒരു ഫോട്ടോപോലും ലഭ്യമല്ല എന്നതാണ്.

റാഡ്ക്ലിഫിലെ അധ്വാനം ആൻ സളിവനെ ശരിക്കും തളർത്തിക്കഴിഞ്ഞിരുന്നു. ജോലി ഭാരം ആനിന്റെ കാഴ്ചശക്തി കുറേശ്ശേ കുറേശ്ശേയായി നഷ്ടപ്പെടുത്തിക്കൊണ്ടിരുന്നു.

21
സോഷ്യലിസ്റ്റ് പാർട്ടിയിലേക്ക്

കോളേജ് വിദ്യാഭ്യാസം അവസാനിക്കാറായതോടെ ഹെലന്റെ പുസ്തക പാരായണഭ്രമം അതിന്റെ പാരമ്യതയിൽ എത്തി. തന്റെ ഏഴാമത്തെ വയസിലാണ് ഹെലൻ ആദ്യമായി ഒരു കഥ വായിച്ചു തീർത്തത്. അന്നുമുതൽ കൈയിൽ കിട്ടുന്നതെന്തും വായിക്കുക എന്നത് ഒഴിച്ചുകൂടാൻ വയ്യാത്ത ഒന്നായി മാറി.

ആൻ സളിവൻ കഥകൾ വായിച്ചുകൊടുക്കുവാൻ തുടങ്ങുന്നതിനുമുമ്പ് വായിച്ചിരുന്നത്, അന്ധരായ കുട്ടികൾക്കുവേണ്ടി തയാറാക്കിയ ഏതാനും ലഘുപുസ്തകങ്ങൾ, കുട്ടികൾക്കു വേണ്ടിയുള്ള കഥാസമാഹാരം, ഭൂമിയെ കുറിച്ചുള്ള ഒരു കൊച്ചു പുസ്തകം എന്നിവയായിരുന്നു. ഈ പുസ്തകങ്ങൾ എല്ലാം തന്നെ പൊങ്ങിയ അച്ചടിയിൽ ഉള്ളവയായിരുന്നു. പുസ്തങ്ങളുടെ നിരന്തരമായ ഉപയോഗം അക്ഷരങ്ങൾ കീറിപ്പോകാനും പുസ്തകം നശിച്ചുപോകാനും കാരണമായി.

THE
STORY OF MY LIFE

By HELEN KELLER

WITH
HER LETTERS (1887–1901)
AND
A SUPPLEMENTARY ACCOUNT
OF HER EDUCATION, INCLUDING
PASSAGES FROM THE REPORTS
AND LETTERS OF HER TEACHER,
ANNE MANSFIELD SULLIVAN

By JOHN ALBERT MACY

ILLUSTRATED

NEW YORK
DOUBLEDAY, PAGE & COMPANY
1905

ദ സ്റ്റോറി ഓഫ് മൈ ലൈഫിന്റെ
പുറംചട്ട

ടീച്ചറുടെ വരവോടുകൂടി, കൊച്ചുകൊച്ചു കഥകളും കവിതകളും കൈവെള്ളയിൽ എഴുതിക്കൊടുക്കുന്ന രീതി ആരംഭിച്ചു. എന്നാൽ ഹെലന് സ്വയം വായിക്കുന്നതിലായിരുന്നു കൂടുതൽ താൽപ്പര്യം. ഇഷ്ടം തോന്നുന്ന കഥകൾ പിന്നെയും പിന്നെയും വായിക്കണമെങ്കിൽ സ്വയം വായിക്കുന്നതാണല്ലോ നല്ലത്.

പുസ്തകങ്ങളോടുള്ള അടങ്ങാത്ത പ്രണയമാണ് ഹെലനെ ഗ്രന്ഥ രചന എന്ന സംരംഭത്തിന് പ്രേരിപ്പിച്ചത്. 1903-ലാണ് ഹെലന്റെ ആത്മ കഥയായ *ദ സ്റ്റോറി ഓഫ് മൈ ലൈഫ്* പ്രസിദ്ധീകൃതമാകുന്നത്. പഠി ക്കുന്ന കാലത്ത് പരിചയപ്പെട്ട ജോൺ ആൽബർട്ട് മേയ്സിയാണ് ആ പുസ്തകം എഡിറ്റു ചെയ്യുന്നതിൽ ഹെലനെയും ആൻ സളിവനെയും സഹായിച്ചത്. പ്രസിദ്ധീകരിച്ച ഉടനെ വലിയ തോതിൽ ആവശ്യക്കാരു ണ്ടായിരുന്നില്ലെങ്കിലും പിന്നീടതിന് വമ്പിച്ച പ്രചാരം ലഭിക്കുകയും ലോക ക്ലാസിക്കുകളുടെ ഇടയിൽ സ്ഥാനം നേടുകയും ചെയ്തു. ഈ ഗ്രന്ഥം അൻപതിലേറെ ഭാഷകളിലേക്ക് വിവർത്തനം ചെയ്യപ്പെടുകയു ണ്ടായിട്ടുണ്ട്.

പ്രശസ്ത എഴുത്തുകാരനായ മാർക്ട്വൈൻ ഹെലനെ വളരെയേറെ ഇഷ്ടപ്പെട്ടിരുന്നു. അദ്ദേഹമാണ് വ്യവസായിയായ ഹെന്റി ഹട്ടിൽട്ടൺ റോജേഴ്സിന് ഹെലനെ പരിചയപ്പെടുത്തിയത്. പിന്നീട് അദ്ദേഹവും ഭാര്യയും കൂടി ഹെലന്റെ പഠനച്ചെലവ് മുഴുവൻ വഹിച്ചു. 1904-ൽ ഹെലൻ ബിരുദധാരിയായി. അന്ധതയേയും ബധിരതയേയും തോൽപ്പിച്ച് ബിരുദം നേടിയ ആദ്യവ്യക്തി എന്ന സ്ഥാനം—നീണ്ടകാലത്തെ ആ തപ സ്യയുടെ ഫലം.

ആത്മകഥയുടെ എഡിറ്ററായ ജോൺമേയ്സി ക്രമേണ ഹെലന്റെ യും ആൻ സളിവന്റെയും സുഹൃത്തായി മാറി. 1905-ൽ അദ്ദേഹം ആൻ സളിവനെ വിവാഹം കഴിച്ചു. ആൻ സളിവൻ, ആൻ സളിവൻ മേയ്സി ആയപ്പോൾ മൂന്നുപേരും കൂടി മസാച്ചുസെറ്റ്സിലെ റെന്താമിൽ താമസം ആരംഭിച്ചു. ഈ കാലത്താണ് ഹെലൻ *ദ വേൾഡ് ഐ ലിവ് ഇൻ* എന്ന ഗ്രന്ഥരചന പൂർത്തിയാക്കുന്നത്.

ജോൺ മേയ്സിയുമായുള്ള പരിചയം ഹെലന്റെ ജീവിതത്തിലെ മറ്റൊരു നാഴികക്കല്ലായിരുന്നു. ഈ ലോകത്തെക്കുറിച്ച് പുതിയ ഒരു കാഴ്ചപ്പാട്—വിപ്ലവചിന്തകളുടെ കാഴ്ചപ്പാട് പ്രദാനം ചെയ്യാൻ ഈ ബന്ധം വളരെ സഹായിച്ചു. ഹെലൻ സോഷ്യലിസ്റ്റ് പാർട്ടിയിലേക്ക് ആകൃഷ്ടയാവാൻ കാരണവും മറ്റൊരാളല്ല. പിന്നെ തന്റെ ശ്രദ്ധമുഴു വൻ അതിലേക്കായി. സോഷ്യലിസ്റ്റ് പ്രവർത്തകരുമായി സംവാദങ്ങളിൽ ഏർപ്പെട്ടു. ഈ വിഷയങ്ങളിൽ കിട്ടാവുന്നിടത്തോളം ലേഖനങ്ങളും പുസ്തകങ്ങളും വായിച്ചു. വിഷയത്തിലുള്ള പാണ്ഡിത്യം *ഔട്ട് ഓഫ് ദ ഡാർക്ക്* എന്ന ഗ്രന്ഥത്തിന്റെ പിറവിയാണ്. തന്റെ സോഷ്യലിസ്റ്റ് ചിന്ത കൾ വ്യക്തമായി പ്രതിഫലിക്കുന്ന ലേഖന സമാഹാരമാണ് *ഔട്ട് ഓഫ് ദ ഡാർക്ക്*. ഈ പുസ്തകത്തിന്റെ പ്രകാശനം പൊതു സമൂഹത്തിൽ

ഹെലന്റെ പ്രതിച്ഛായയിൽ വലിയ മാറ്റങ്ങൾ വരുത്തി. അവരുടെ രാഷ്ട്രീയ നിലപാടുകൾ മറനീക്കി പുറത്തുവരാൻ ഇടയായതോടെ നിരവധി സ്നേഹിതരും ബന്ധുക്കളും അഭ്യുദയകാംക്ഷികളും ശത്രുസ്ഥാനത്തേക്ക് ചുവടുമാറി. മാധ്യമങ്ങൾ ഹെലനെതിരെ അതിശക്തമായ വിമർശനം അഴിച്ചുവിട്ടു.

1909–ൽ സോഷ്യലിസ്റ്റ് പാർട്ടിയിൽ അംഗത്വമെടുത്ത ഹെലൻ 1921 വരെ സോഷ്യലിസ്റ്റ് പാർട്ടിയിൽ അംഗമായി തുടർന്നു. ഈ കാലയളവിൽ ഹെലന്റെ സജീവ സാന്നിധ്യം പാർട്ടിക്കുള്ളിൽ ഉണ്ടായിരുന്നു. ഇക്കാലം മുഴുവൻ അവർ തൊഴിലാളിവർഗത്തിന്റെ ക്ഷേമത്തിനുവേണ്ടി നിരന്തരം എഴുതുകയും പ്രസംഗിക്കുകയും മറ്റു ക്ഷേമപ്രവർത്തനങ്ങളിൽ ഏർപ്പെടുകയും ചെയ്തുപോന്നു. സോഷ്യലിസ്റ്റ് പാർട്ടി സ്ഥാനാർഥിയായി പ്രസിഡന്റ് സ്ഥാനത്തേക്ക് മത്സരിച്ച യൂജിൻ വി ഡെബ്സിന് സർവ പിന്തുണയും നൽകി. അദ്ദേഹത്തിനു വേണ്ടി രാവും പകലും വിശ്രമമില്ലാതെ പ്രവർത്തിക്കുകയും ചെയ്തു. അദ്ദേഹത്തെ ഹെലൻ ഒരു വീരതാരമായാണ് ആരാധിച്ചിരുന്നത്. മറ്റുള്ളവർ ചെയ്യാൻ ഭയപ്പെടുന്ന കാര്യങ്ങൾ സധൈര്യം അദ്ദേഹം ചെയ്യുമെന്ന് ഹെലൻ വിശ്വസിച്ചു.

ഇത്രയും കാലം ഹെലന്റെ മഹത്വങ്ങൾ വാഴ്ത്തിപ്പാടുകയും കഴിവുകൾക്കു സ്തുതിപാടുകയും ചെയ്തിരുന്ന പല പത്രങ്ങളും വിമർശനങ്ങൾക്ക് ശരവ്യമാക്കി. ശാരീരികമായി ഉള്ള വൈകല്യങ്ങൾ അവരുടെ ബുദ്ധിയെയും ചിന്താശക്തിയെയും കാഴ്ചപ്പാടുകളെയും എല്ലാം വികലമാക്കിയിരുന്നു എന്നതായിരുന്നു ഹെലനെ എതിർക്കാൻ ശ്രമിച്ചിരുന്ന പത്രങ്ങളുടെ പ്രധാന വാദം. ഹെലന്റെ വൈകല്യങ്ങളെ പെരുപ്പിച്ചുകാട്ടുന്ന അതിരൂക്ഷമായ ലേഖനങ്ങളും ഒന്നിനു പിറകേ ഒന്നായി വന്നുകൊണ്ടിരുന്നു. ഇത് ഒരു പരിധിവരെ ഹെലന്റെ ജനപ്രീതിക്ക് കോട്ടം തട്ടാൻ ഇടയാക്കി. ഹെലൻ സമചിത്തത കൈവെടിഞ്ഞില്ലെങ്കിലും അവസാനം പറഞ്ഞു; ഇത്തരത്തിലുള്ള സാമൂഹികമായ അന്ധതയും ബധിരതയുമാണ് ഒരുപാടു പേരുടെ ശാരീരിക വൈകല്യങ്ങൾക്കു കാരണം.

ജർമൻ ബ്രെയിലി ലിപിയിൽ അച്ചടിച്ചുവന്ന മാർക്സിനെയും എംഗൽസിനെയും കുറിച്ചുള്ള ലേഖനങ്ങളാണ് ഹെലനെ സോഷ്യലിസത്തോട് അടുപ്പിച്ചത്. 1917–ൽ റഷ്യയിൽ ഉണ്ടായ ബോൾഷെവിക് വിപ്ലവത്തെ അനുകൂലിക്കുന്ന സോഷ്യലിസ്റ്റുകളോടൊപ്പമായിരുന്നു ഹെലൻ.

22
ജീവകാരുണ്യപ്രവർത്തനങ്ങൾ

ഏതാണ്ട് ഇരുപതോളം വർഷം ഹെലൻ സജീവരാഷ്ട്രീയ പ്രവർത്തനത്തിൽ മുഴുകി. അക്കാലത്താണ് ഹെലന്റെ മനസിൽ മറ്റൊരു ചിന്ത ഉദിക്കുന്നത്; തന്റെ ജീവിതോദ്ദേശ്യം രാഷ്ട്രീയ പ്രവർത്തനമല്ല, മറിച്ച് അമേരിക്കൻ ഫൗണ്ടേഷൻ ഫോർ ദ ബ്ലൈൻഡിനു വേണ്ടി പ്രവർത്തിക്കുക എന്നതാണ്. അമേരിക്കയിലെ അന്ധരെയും ബധിരരെയും പ്രതിനിധീകരിക്കുന്നതിനുവേണ്ടി 1921-ൽ രൂപീകരിച്ച സംഘടനയായിരുന്നു അമേരിക്കൻ ഫൗണ്ടേഷൻ ഫോർ ദി ബ്ലൈൻഡ്. ഈ സംഘടനയ്ക്കുവേണ്ട ധനസമാഹരണമാണ് തന്റെ പ്രധാന ജോലി എന്നു ബോധ്യമായപ്പോൾ അവർ രാഷ്ട്രീയപ്രവർത്തനങ്ങളിൽനിന്നും അകന്നു നിൽക്കാൻ തീരുമാനിച്ചു. ഒരിക്കലും കമ്യൂണിസത്തിൽ നിന്നും സോഷ്യലിസത്തിൽനിന്നും അവർ മാനസികമായി അകന്നിരുന്നില്ല. അധ്വാനിക്കുന്ന തൊഴിലാളിവർഗത്തോടൊപ്പം തന്നെ അവർ നിലകൊണ്ടു.

1924-മുതൽ ഹെലൻ കെലറും ആൻ സളിവനും സംഘടനയുടെ അംബാസിഡർമാരായി. മരണംവരെ ഹെലൻ സംഘടയുടെ കൗൺസിലറായി തുടർന്നു. സത്യത്തിൽ എ എഫ് ബി പ്രസിഡന്റും എക്സിക്യൂട്ടീവ് ഡയറക്ടറുമായ എം സി മിഗെൽ സംഘടനയിലേക്ക് പൊതുജനങ്ങളുടെ ശ്രദ്ധ ആകർഷിക്കുന്നതിനുവേണ്ടി ഹെലനെയും ആനിനേയും നിയമിക്കുകയായിരുന്നു. സംഘടനയുടെ ഉന്നമനത്തിനുവേണ്ടി ധനസമാഹരണം നൽകുക എന്നതായിരുന്നു അംബാസിഡർമാരുടെ കർത്തവ്യം. ആനും ഹെലനും ഈ ജോലി വളരെ സന്തോഷത്തോടെ ഭംഗിയായി നിർവഹിച്ചുപോന്നു. ഹെലനെ സംബന്ധിച്ചിടത്തോളം ഏറ്റവും ആവേശകരമായ ജോലിയായിരുന്നു അത്. അത് അവർക്ക്

സാമ്പത്തികമായ സുരക്ഷിതത്വം പ്രദാനം ചെയ്തു എന്നതാണ് എടുത്തുപറയത്തക്ക ഒരു കാര്യം.

എന്നാൽ ആദ്യം കരുതിയതുപോലെ അനായാസകരമായ ഒരു പ്രവർത്തനമായിരുന്നില്ല അത്. അമേരിക്കൻ ഫൗണ്ടേഷൻ ഫോർ ദ ബ്ലൈൻഡിന്റെ ഹെലൻ കെലർ എൻഡോവ്മെന്റ് ഫണ്ടിനു വേണ്ടി ആറുമാസംകൊണ്ട് ഇരുപതു ലക്ഷം ഡോളർ സ്വരൂപിക്കാൻ കഴിയും എന്നായിരുന്നു ആൻ സളിവനും ഹെലൻ കെല്ലറും കൂടി തീരുമാനിച്ചിരുന്നത്. ഇവരുടെ അമിതമായ പ്രതീക്ഷയിൽ മിഗെലിനു വിശ്വാസമുണ്ടായിരുന്നില്ല. അദ്ദേഹം കരുതിയതുപോലെ തന്നെ അവർക്ക് ലക്ഷ്യത്തിനടുത്തെത്താനായതുമില്ല.

ഈ കാലഘട്ടത്തിലാണ് അന്ധരും ബധിരരുമായ ജനങ്ങൾക്കു വേണ്ടി ഹെലൻ പ്രസംഗങ്ങൾ നടത്തുന്നതും ലേഖനങ്ങൾ പ്രസിദ്ധീകരിക്കുന്നതും.

സംഘടനയ്ക്കുവേണ്ടി ധനസമാഹരണം നടത്തുന്നതിൽ വിജയം നേടാനായില്ലെങ്കിലും പ്രതിച്ഛായ വളർത്തുന്നതിൽ ആനിന്റെയും ഹെലന്റെയും യജ്ഞം വിജയം നേടി. മൂന്നുവർഷംകൊണ്ട് 249 വേദികളിലാണ് അവർ പരിപാടകൾ അവതരിപ്പിച്ചത്. 123 നഗരങ്ങൾ അവർ സന്ദർശിച്ചു. ഏതാണ്ട് രണ്ടര ലക്ഷത്തോളം ജനങ്ങൾ അവരുടെ പരിപാടി വീക്ഷിച്ചു. അന്ധതയേയും ബധിരതയേയും കുറിച്ച് അമേരിക്കൻ ജനതയുടെ മനസിൽ അതുവരെ ഉണ്ടായിരുന്ന ധാരണകൾ തിരുത്തിക്കുറിക്കുവാൻ സാധിച്ചു. അന്ധതയെക്കുറിച്ച് മുൻകാലങ്ങളിലേക്കാൾ വലിയ ഒരു അവബോധം അമേരിക്കൻ ജനതയിൽ ഉണ്ടാക്കിയെടുക്കുവാൻ ഹെലന്റെ ഈ പ്രവർത്തനങ്ങൾക്കു സാധിച്ചു.

ധനസമാഹരണത്തിലെ പരാജയം ഹെലന്റെ ആത്മവിശ്വാസം കെടുത്തി. ലക്ഷ്യത്തിന്റെ അയലത്തുപോലും എത്താൻ കഴിയാത്തതിൽ ഹെലന് വിഷമമുണ്ടായിരുന്നു. അതിനു മുമ്പൊരിക്കലും കേട്ടിട്ടില്ലാത്ത ഒരു പുതിയ സംഘടനയുടെ പേരും പറഞ്ഞ് ആറുമാസംകൊണ്ട് ഇരുപതുലക്ഷം ഡോളർ സമാഹരിക്കാം എന്നു ധരിച്ചത് സാമാന്യബോധത്തിനു നിരക്കാത്തതാണെന്നും തികച്ചും ബാലിശമായിരുന്നുവെന്നും ഹെലന് മനസിലായിരുന്നു. ധനസമ്പാദനത്തേക്കാൾ ഉപരിയായി അന്ധരുടെ ആവശ്യങ്ങളും ശേഷികളും സംബന്ധിച്ച് ജനങ്ങളിൽ അവബോധമുണ്ടാക്കുകയാണ് തങ്ങളുടെ യജ്ഞത്തിന്റെ പ്രധാനഫലം എന്നായിരുന്നു അവരുടെ വിശ്വാസം.

വികാലാംഗരുടെ ജീവിതസാഹചര്യങ്ങൾ കൂടുതൽ മെച്ചപ്പെടുത്തേണ്ടതിന്റെ ആവശ്യകതകളും അതിനുള്ള മാർഗങ്ങളും സംബന്ധിച്ച് വ്യാപകമായ പ്രചരണ പ്രവർത്തനങ്ങൾ ഹെലൻ നടത്തി. വിദ്യാഭ്യാസ സൗകര്യങ്ങളൊന്നുമില്ലാതെ ശരണാലയങ്ങളുടെ ഇടുങ്ങിയ മുറികളിൽ അടിഞ്ഞുകൂടേണ്ടി വന്നിരുന്ന അന്ധർക്ക് മെച്ചപ്പെട്ട ജീവിതസാഹചര്യ

ങ്ങൾ കൈവന്നതിൽ ഹെലൻ കെലറുടെയും ആൻ സളിവന്റെയും പ്രവർത്തനങ്ങൾക്ക് വലിയ പങ്കുണ്ടായിരുന്നു.

സംഘടനയുടെ പ്രവർത്തനങ്ങളുടെ തിരക്കിനിടയിലാണ് 1927–ൽ *എന്റെ മതം* (*My Religion*) എന്ന പുസ്തകത്തിന്റെ പ്രസാധനം. ഈ പുസ്തകം പിന്നീട് *എന്റെ ഇരുട്ടിലെ വെളിച്ചം (Light in my darkness)* എന്ന പേരിൽ പുനഃപ്രസിദ്ധീകരിച്ചു. ഹെലന്റെ ആത്മീയമായ ആത്മകഥ എന്ന വിശേഷണത്തിന് അർഹമാണ് പ്രസ്തുത കൃതി. എമ്മാനുവൽ സ്വീഡൻ ബോർഗിന്റെ* പ്രബോധനങ്ങളെ അടിസ്ഥാനമാക്കിയാണ് ഈ കൃതി രചിച്ചിരിക്കുന്നത്.

* യേശുക്രിസ്തുവിന്റെ രണ്ടാംവരവും അന്ത്യവിധിയും താൻ ദർശിച്ചു എന്ന് അവകാശപ്പെട്ട സിദ്ധനായിരുന്നു എമ്മാനുവൽ സ്വീഡൻബോർഗ്. അദ്ദേഹത്തിന്റെ ചിന്താധാരകൾ സ്വീഡൻ ബോർഗിയനിസം എന്ന പേരിൽ ഒരു പ്രസ്ഥാനമായിത്തന്നെ വളർന്നു.

23

പ്രണയത്തിന്റെ വസന്തകാലം

അതി സുന്ദരിയായിരുന്നു ഹെലൻ കെലർ. സാധാരണ യുവതികളെപ്പോലെ തന്നെ ഹെലൻ കെലറും പുരുഷന്മാരെ സ്നേഹിച്ചു. വിവാഹിതയാകണമെന്നും കുടുംബജീവിതം നയിക്കണമെന്നും ഹെലൻ ആഗ്രഹിച്ചിരുന്നു. അപ്പോഴും പ്രണയം, വിവാഹം മുതലായ കാര്യങ്ങളെകുറിച്ച് അവരുടെ മനസിൽ സംഘർഷം നിലനിന്നിരുന്നു. വിവാഹം വേണോ വേണ്ടയോ എന്ന കാര്യത്തിൽ ഒരു തീരുമാനത്തിലെത്തുവാൻ ഹെലന് ബുദ്ധിമുട്ടേണ്ടി വന്നു. തന്നെപ്പോലുള്ളൊരു ഭാരം ചുമക്കുവാൻ ആരാണ് തയാറാവുക എന്ന ഭയവും ആശങ്കയും ഹെലനെ പിന്തുടർന്നിരുന്നു. “ഏതെങ്കിലും ഒരു വ്യക്തി എന്നെ വിവാഹം കഴിക്കുമെന്ന് പ്രതീക്ഷിക്കുവാനേ കഴിയില്ല”—എന്നാണ് തന്റെ വിവാഹത്തെക്കുറിച്ച് ചോദിച്ച ഒരു പത്രപ്രവർത്തകനോട് ഹെലൻ കെലർ പറഞ്ഞത്.

ഈ അവസരത്തിലാണ് ആൻ സളിവന് ഗുരുതരമായ രോഗം ബാധിച്ച് കിടപ്പിലായത്. ഡോക്ടർമാർ അവർക്ക് കഠിന വിശ്രമം വിധിച്ചു. ആ സമയത്തുതന്നെ സെക്രട്ടറിയായിരുന്ന പോളി തോംപ്സൺ അവധിയെടുത്ത് സ്കോട്ട്ലൻഡിലേയ്ക്കും പോയി. സഹായത്തിന് ആൻ സളിവനും പോളി തോംപ്സണും ഇല്ലാതിരുന്ന സമയത്ത് ഹെലനെ സഹായിക്കാനായി ഉണ്ടായിരുന്നത് പീറ്റർ ഫാഗൻ എന്നൊരാളായിരുന്നു. സോഷ്യലിസ്റ്റ് വിശ്വാസിയായ ഒരു പത്രപ്രവർത്തകനായിരുന്നു പീറ്റർ ഫാഗൻ. കൂടുതൽ അടുത്തിടപഴകിയപ്പോൾ രണ്ടുപേരുടെ മനസിലും അനുരാഗം അങ്കുരിച്ചു. അന്ന് ഹെലന്റെ പ്രായം 36 വയസ്സ്. പീറ്ററിന് ഇരുപത്തി ഒമ്പതും.

ഒരു വൈകുന്നേരം പീറ്റർ ഫാഗൻ, അവളുടെ കരം ഗ്രഹിച്ചുകൊണ്ട് പ്രണയാഭ്യർഥന നടത്തി വിവാഹം കഴിക്കാനുള്ള ആഗ്രഹം പ്രകടിപ്പിച്ചു.

താൻ ആഗ്രഹിച്ചിരുന്നതാണെങ്കിലും പീറ്ററിൽനിന്ന് നേരിട്ടതുകേട്ടപ്പോൾ ഹെലന് ഒരു ഞെട്ടൽ ഉണ്ടായി. ആശങ്കയും അവളെ വിട്ടൊഴിഞ്ഞില്ല. ഹെലൻ സന്തോഷം മറച്ചുപിടിച്ചില്ല. തന്റെ പ്രണയത്തെക്കുറിച്ച് പിൽക്കാലത്ത് ഇങ്ങനെ എഴുതി, "തീർത്തും നിസ്സഹായവും ഏകാന്തവുമായ എന്റെ ജീവിതത്തിനുമേൽ പ്രകാശം വർഷിച്ച പൊൻ സൂര്യനായിരുന്നു അദ്ദേഹത്തിന്റെ സ്നേഹം."

അനുരാഗത്തിന്റെ ദിനങ്ങൾ ഹെലനും പീറ്ററും നന്നായി ആസ്വദിച്ചു. അഗാധപ്രണയത്തിൽ അകപ്പെട്ട അവർ ഒരുമിച്ച് യാത്രകൾ പോയി. പ്രണയത്തിന്റെ വസന്തം ഹെലനെ മറ്റൊരാളാക്കി മാറ്റി. ജീവിതത്തോടുള്ള ആസക്തി വർധിച്ചു. തന്റെ വൈകല്യങ്ങളെപ്പോലും ഹെലൻ മറന്നു. ആനന്ദത്തിന്റെ രഹസ്യം അമ്മയോടും സഹോദരിയോടും ടീച്ചറോടും പങ്കുവയ്ക്കണമെന്ന് ഹെലൻ ആഗ്രഹിച്ചിരുന്നു. എന്നാൽ അതുപാടില്ലെന്ന് പീറ്റർ കർശനമായി വിലക്കി. അവർ രണ്ടുപേരും രഹസ്യമായി വിവാഹ ലൈസൻസിന് അപേക്ഷ നൽകി. ഈ വിവരം അമ്മയെ അറിയിക്കുവാനുള്ള അവസരം ലഭിക്കുന്നതിനുമുമ്പു തന്നെ ബോസ്റ്റണിലെ ഒരു പത്രറിപ്പോർട്ടർ മണത്തറിഞ്ഞു. അടുത്ത ദിവസം തന്നെ ഹെലന്റെ പ്രണയവാർത്ത ഒരു ലേഖന രൂപത്തിൽ പത്രത്തിൽ പ്രത്യക്ഷപ്പെട്ടു. ഈ വാർത്ത മിസിസ് കെലറെ വല്ലാതെ ചൊടിപ്പിച്ചു. അവർ ഹെലനെ സഹോദരി മിൽഡ്രഡിന്റെ അലബാമയിലെ വീട്ടിലേയ്ക്ക് കൂട്ടിക്കൊണ്ടുപോയി.

പീറ്റർ ഫാഗൻ പിന്മാറാൻ ഒരുക്കമില്ലായിരുന്നു. ഒളിച്ചോടി വിവാഹിതരാകാം എന്നു വാഗ്ദാനം ചെയ്യുന്ന കത്ത് ബ്രെയിലി ലിപിയിൽ എഴുതി, എങ്ങനെ ഒക്കെയോ വളരെ ബുദ്ധിമുട്ടിയശേഷം ഹെലന്റെ അടുക്കൽ എത്തിച്ചു. എങ്ങനെയും വിവാഹം കഴിക്കണം എന്നുറച്ച ഹെലൻ അത്യാവശ്യം വേണ്ട സാധനങ്ങളൊക്കെ ബാഗുകളിലാക്കി പെറുക്കിക്കെട്ടി അമ്മയുടെ കണ്ണുവെട്ടിച്ച് ഏതുവിധേനയും പുറത്തുകടന്നു കാത്തുനിന്നു. പക്ഷേ പീറ്റർ വന്നില്ല. അന്നെന്നല്ല; പിന്നെ ഒരിക്കലും!

എന്താണ് സംഭവിച്ചതെന്ന് അറിയാൻ ഹെലന് മാർഗമൊന്നും ഉണ്ടായിരുന്നില്ല. മിസിസ് കെലറുടെ ഭീഷണിക്കു മുമ്പിൽ ആ കാമുകൻ പതറിപ്പോയതാവാനാണ് സാധ്യത. ഈ സംഭവം ഹെലനെ നിരാശയുടെ അഗാധതയിലേക്ക് എടുത്തെറിഞ്ഞു. ആ ആഘാതത്തിൽ നിന്നും മോചനം നേടാൻ വളരെ സമയമെടുക്കേണ്ടി വന്നു. എന്നാൽ ഇത്തരത്തിലുള്ള ഒരനുഭവവും തനിക്ക് നല്ലതിനായിരുന്നു എന്ന് വിശ്വസിക്കാനുള്ള ഒരു മാനസികാവസ്ഥയിലേക്ക് പതിയെ എത്തി. "വേദനയാകുന്ന ജീവിത സമുദ്രത്തിലെ ആനന്ദത്തിന്റെ കൊച്ചു തുരുത്ത്" എന്നാണ് ഹെലൻ തന്റെ പ്രണയത്തെ പിൽക്കാലത്ത് വിശേഷിപ്പിച്ചത്. പ്രണയദുരന്തത്തിൽ നിന്നും കരകയറാനായി എന്നെല്ലാം പറഞ്ഞിരുന്നുവെങ്കിലും ആ അനുഭവം അവരുടെ ഹൃദയത്തിൽ അഗാധമായ മുറിവുക

ളാണ് ഏൽപ്പിച്ചത്. അതുകൊണ്ടുതന്നെ ആയിരിക്കണം പിന്നീടവർ വിവാഹത്തിന് മുതിരാതിരുന്നത്.

പ്രണയം പൊലിഞ്ഞുപോയതിൽ ഹെലന് വല്ലാത്ത നിരാശയുണ്ടായിരുന്നു. വളരെക്കാലത്തിനുശേഷം അവർ പറഞ്ഞു: "അപ്രതീക്ഷിതമായി കടന്നുവന്ന പ്രണയം ഒരു കൊടുങ്കാറ്റിന്റെ വേഗതയിലാണ് പറന്നുപോയത്. എനിക്ക് കാഴ്ചശക്തി ഉണ്ടായിരുന്നെങ്കിൽ നിശ്ചയമായും ഞാൻ വിവാഹിതയാകുമായിരുന്നു."

24

എഴുത്തുകാരി, പ്രസംഗക, സാമൂഹികപ്രവർത്തക

വിദ്യാഭ്യാസം എന്ന യജ്ഞം ഭംഗിയായി അവസാനിച്ചതോടെ തന്നെ ഹെലന്റെ ജീവിതത്തിലെ കഠിനാധ്വാനത്തിന്റെ ഒരു അധ്യായം ഭംഗിയായി പൂർത്തിയായി. പിന്നീടുള്ള ലോകം എഴുത്തിന്റെയും വായനയുടെയും പ്രസംഗങ്ങളുടെയും ആയിരുന്നു. ഒപ്പം സാമൂഹിക പ്രവർത്തനങ്ങളും. ലോകമെമ്പാടും അറിയപ്പെടുന്ന പ്രസംഗകയും എഴുത്തുകാരിയുമായുള്ള ഹെലന്റെ വളർച്ച വളരെ വേഗത്തിലായിരുന്നു. വൈകല്യം ബാധിച്ചവരുടെ ക്ഷേമപ്രവർത്തനങ്ങൾക്ക് ഉഴിഞ്ഞുവച്ച ജീവിതമായിരുന്നുവെങ്കിലും ലോകജീവിതത്തിന്റെ സമസ്തമേഖലകളെക്കുറിച്ചും അവർ സുചിന്തിതമായ അഭിപ്രായം പുലർത്തിപ്പോന്നു.

സ്ത്രീകൾക്കു വോട്ടവകാശത്തിനുവേണ്ടി ഹെലൻ കെലർ ശക്തിയായി വാദിച്ചിരുന്നു. യുദ്ധങ്ങളോടു വൈമുഖ്യം പുലർത്തുന്ന ഈ സമാധാനപ്രിയ യുദ്ധവിരുദ്ധ ബോധവൽക്കരണത്തിൽ വളരെയധികം ശ്രദ്ധ ചെലുത്തിനിന്നിരുന്നു. തീവ്രസോഷ്യലിസ്റ്റായ ആ സമാധാന പ്രവർത്തക ജനനനിയന്ത്രണ പ്രസ്ഥാനങ്ങൾക്കും പിന്തുണ നൽകി.

അന്ധതാ നിവാരണ പ്രവർത്തനങ്ങൾക്കുവേണ്ടിയുള്ള ഹെലൻ കെലർ ഇൻർനാഷണൽ എന്ന സംഘടനയ്ക്ക് 1915-ലാണ് രൂപംകൊടുക്കുന്നത്. തുടർന്ന് 1920-ൽ അമേരിക്കൻ സിവിൽ ലിബർട്ടീസ് യൂണിയൻ എന്ന സംഘടനയുടെ രൂപീകരണത്തിന് പ്രധാന പങ്കുവഹിച്ചു.

സംഘടനകളുടെ എല്ലാം ധനശേഖരണാർഥമാണ് ഹെലൻ യാത്രകൾ ആരംഭിക്കുന്നത്. ആൻ സളിവനും ഹെലനും ഒന്നിച്ച് നാൽപ്പതോളം ലോകരാഷ്ട്രങ്ങളിൽ പര്യടനം നടത്തി. അവിടങ്ങളിലെല്ലാം പ്രഭാഷണ പരമ്പര തന്നെ നടത്തി. ഹെലന്റെ ജീവിതാനുഭവങ്ങൾ കേൾക്കുന്നതിനും മനസിലാക്കുന്നതിനും വേണ്ടി ഓരോ സ്ഥലത്തും ആവേശ

ത്തോടെ ജനക്കൂട്ടം കാത്തുനിന്നു. ആൻ വ്യാഖ്യാനങ്ങളും വിശദീകരണങ്ങളും നൽകി. ജനങ്ങളുടെ സംശയങ്ങൾക്കും ചോദ്യങ്ങൾക്കും ഹെലൻ നേരിട്ടുതന്നെ മറുപടി നൽകി. എന്നാൽ ഈ പരിപാടിയുടെ ജനപ്രീതി ക്ഷണികമായിരുന്നു. 1918 ആയതോടെ ജനങ്ങളുടെ താൽപ്പര്യം കുറഞ്ഞു വന്നു.

അടുത്ത ഘട്ടം സ്റ്റേജ് ഷോകളുടേതായിരുന്നു. വിധിയോടുള്ള പോരാട്ടത്തിന്റെ ആദ്യനാളുകളും 'വാട്ടർ' തുടങ്ങിയ വാക്കുകൾ പഠിക്കുന്നതുമെല്ലാം ഉദാഹരണസഹിതം വിശദീകരിച്ചുകൊണ്ടുള്ളതായിരുന്നു സ്റ്റേജ് ഷോകൾ. ഇത് നിരവധി പേരെ ആകർഷിക്കുവാൻ സാധിച്ചു. ഗംഭീര വിജയം എന്നു തന്നെ അവകാശപ്പെടാവുന്ന ഒന്നായിരുന്നു ഈ സ്റ്റേജ് ഷോകൾ. നിറഞ്ഞ സദസിനു മുന്നിലാണ് ഓരോ ഷോയും അരങ്ങേറിയത്. ജീവിത സമരങ്ങളെക്കുറിച്ചും വ്യക്തിപരമായ കാഴ്ചപ്പാടുകളെക്കുറിച്ചും രാഷ്ട്രീയ നിലപാടുകളെക്കുറിച്ചും എല്ലാം സദസിൽനിന്നും ചോദ്യങ്ങൾ ഉയർന്നു. ഹെലൻ നൽകുന്ന മറുപടിക്ക് ആൻ വിശദീകരണങ്ങളും വ്യാഖ്യാനങ്ങളും നൽകിപ്പോന്നു. ഇതിലൂടെ രണ്ടായിരത്തിൽപ്പരം ഡോളറുകൾ ഒരു ആഴ്ചയിൽ സമ്പാദിക്കുവാൻ സാധിച്ചു. അന്നത്തെ കാലത്തെ സാമാന്യം നല്ല വരുമാനം എന്നതിനെ കണക്കാക്കാം. സമകാലിക രാഷ്ട്രീയ സാമൂഹിക സ്ഥിതിയും സ്വകാര്യ ജീവിതവും എല്ലാംകൂടി ഇഴപിരിഞ്ഞു കിടന്നിരുന്ന ചോദ്യോത്തര രീതിയിൽ നടത്തിപ്പോന്ന പരിപാടി മിക്കവാറും ഫലിതരസ സമ്പൂർണമായിരുന്നു. ആൻ മുൻകൂട്ടി തയാറാക്കിയിരുന്ന ചില ചോദ്യങ്ങൾ രാഷ്ട്രീയ പ്രവർത്തകരെ ഉന്നംവച്ചുകൊണ്ടുള്ളതായിരുന്നു. ഇത് സാധാരണ ജനങ്ങളെ വളരെയധികം രസിപ്പിച്ചു.

ഹെലന്റെ അമ്മ കെയ്റ്റ് കെലർ 1921–ൽ അന്തരിച്ചു. അവരുടെ രോഗം എന്താണെന്ന് സ്ഥിരീകരിക്കാനുള്ള അവസരംപോലും ഡോക്ടർമാർക്ക് ലഭിക്കുന്നതിനുമുമ്പാണ് മരണം കീഴടക്കിയത്. അമ്മയുടെ പെട്ടെന്നുണ്ടായ നിര്യാണം ഹെലനെ തളർത്തിക്കളഞ്ഞു. ആ വിയോഗവ്യഥയിൽനിന്നും മോചനം ലഭിക്കുന്നതിനു മുമ്പുതന്നെ ആൻ ഗുരുതരമായ അസുഖം ബാധിച്ച് കിടപ്പിലായി. ഏതാണ്ട് ആറുമാസം കഴിഞ്ഞപ്പോൾ ബ്രോങ്കൈറ്റീസ് ബാധിച്ച് ആനിന്റെ ശബ്ദം നഷ്ടപ്പെട്ടു. തന്റെ സ്വന്തം ശബ്ദം നഷ്ടപ്പെട്ടതിനേക്കാൾ വലിയ ദു:ഖമായിരുന്നു ഹെലന്. പിന്നീടൊരിക്കലും ആൻ ഹെലനോടൊന്നിച്ച് സ്റ്റേജ് ഷോകളിൽ പ്രത്യക്ഷപ്പെട്ടില്ല. 1914 മുതൽ ഹെലന്റെ സെക്രട്ടറിയായി പ്രവർത്തിച്ചിരുന്ന പോളിതോംപ്സൺ, തിയേറ്ററുകളിൽ ഹെലന്റെ വ്യാഖ്യാതാവിന്റെ സ്ഥാനം ഏറ്റെടുത്തു.

അന്ധർക്കുവേണ്ടിയുള്ള ധനസമ്പാദനത്തിനായി അവരൊരുമിച്ച് ധാരാളം യാത്രകൾ നടത്തി. 1931ൽ ബക്കിങ് ഹാം കൊട്ടാരം സന്ദർശിക്കുവാനും ജോർജ് രാജാവിനേയും മേരി രാജ്ഞിയേയും കാണാനും അവസരം ലഭിച്ചു. ആളുകളെ കൈകൊണ്ടു തൊട്ട് അവരുടെ സംസാരം

മനസിലാക്കാനുള്ള ഹെലന്റെ കഴിവ് ആ രാജദമ്പതികളെ അതിശയിപ്പിച്ചു.

ആൻ സളിവൻ രോഗബാധിതയായി തുടർന്നു. ദിനംപ്രതി അസുഖം വർധിച്ചു. 1932–ൽ ഭർത്താവ് ജോൺ മേയ്സിയുടെ മരണവാർത്ത ആനിനെ കൂടുതൽ തളർത്തി. ഭാര്യാ ഭർത്താക്കന്മാർ തമ്മിൽ അഭിപ്രായ വ്യത്യാസം വർധിച്ചു വന്നതിനാൽ അവർ പിരിഞ്ഞു ജീവിക്കുകയായിരുന്നെങ്കിലും പരസ്പരം അഗാധമായി സ്നേഹിച്ചിരുന്നു. ആൻ, ജീവിച്ചിരുന്നത് ഹെലനുവേണ്ടിയാണ്. തന്നെ അവഗണിക്കുന്നു എന്നതായിരുന്നു മേയ്സിയുടെ പരാതി. ഭർത്താവിന്റെ വിയോഗത്തിൽ തളർന്നുപോയ ആൻ പിന്നീട് കിടക്കവിട്ട് എഴുന്നേറ്റില്ല. അവശയും ദു:ഖിതയുമായ ആൻ 1936–ൽ മരിച്ചു. ഹെലന്റെ ജീവിതത്തിൽ ശബ്ദവും വെളിച്ചവും അതോടെ അപ്രത്യക്ഷമായി.

ആനിന്റെ മരണത്തോടെ ഹെലൻ പോളിയും ഒരുമിച്ച് കണക്റ്റിക്കട്ടിലെ വെസ്റ്റ്പോർട്ടിലുള്ള അർക്കന്റിജ്ജിലേയ്ക്കു താമസം മാറി. പിന്നെ മരണംവരെ അവർ അവിടെത്തന്നെയാണ് താമസിച്ചത്. പ്രിയപ്പെട്ടവരുടെ രോഗവും വിയോഗവും ഹെലനെ വിടാതെ പിടികൂടി. 1957ൽ പോളി തോംപ്സന് സ്ട്രോക്ക് ഉണ്ടായി. അത് സുഖപ്പെട്ടില്ല. മൂന്നു വർഷം കിടന്നശേഷം 1960–ൽ മരിച്ചു. വാഷിങ്ടൺ നാഷണൽ കത്തീഡ്രലിൽ ആൻ സളിവന്റെ ഭൗതിക ശരീരം അടക്കം ചെയ്തതിനു സമീപം പോളിയുടെ ഭൗതിക ശരീരവും അടക്കം ചെയ്തിരിക്കുന്നു. പോളിയെ ശുശ്രൂഷിക്കുന്നതിനു വേണ്ടി നിയമിച്ചിരുന്ന വിന്നികോർബലി തുടർന്നുള്ള കാലം ഹെലന്റെ സഹായിയായി വർത്തിച്ചു.

ഹെലനും പോളിയും 'അമേരിക്കൻ ഫൗണ്ടേഷൻ ഫോർ ദ ഓവർസീസ് ബ്ലൈൻഡ്' എന്ന സംഘടനയ്ക്കുവേണ്ടി ധനസമാഹരണം നടത്തുന്നതിന് സകല ഭൂഖണ്ഡങ്ങളിലും സഞ്ചരിച്ചു. രണ്ടാംലോകമഹായുദ്ധത്തിനുശേഷമായിരുന്നു ആ യാത്ര. ജപ്പാൻ, ആസ്ട്രേലിയ, സൗത്ത് അമേരിക്ക, യൂറോപ്പ്, ആഫ്രിക്ക തുടങ്ങിയ സ്ഥലങ്ങളെല്ലാം അവർ സന്ദർശിച്ചു. അവർക്കൻ റിജ്ജിലെ വീട് അഗ്നിക്കിരയായ വിവരം ഹെലനും പോളിയും അറിയുന്നത് ഈ യാത്രയ്ക്കിടയിലാണ്. വീടിനോടുള്ള സ്നേഹം ആത്മാവിൽകൊണ്ടു നടന്നിരുന്ന ഹെലനെ ഈ വാർത്ത വല്ലാതെ വേദനിപ്പിച്ചു.

വീട് പുനർനിർമിക്കുവാൻ സാധിക്കും; ഒരു പാട് സ്മാരകങ്ങളും സമ്മാനങ്ങളും നഷ്ടപ്പെട്ടോട്ടെ എന്ന് ആശ്വസിക്കാം. എന്നാൽ ഹെലൻ എഴുതിപ്പൂർത്തിയാക്കാറായ പുസ്തകത്തിന്റെ കൈയെഴുത്തുപ്രതി നഷ്ടപ്പെട്ടത് അവരെ വല്ലാതെ വേദനിപ്പിച്ചു. ആൻ സളിവനെക്കുറിച്ച് രചിച്ച ആ പുസ്തകത്തിന്റെ പേര് *ടീച്ചർ* എന്നായിരുന്നു. പ്രതിസന്ധികളിൽ തളരാത്ത കർമനിരതമായ ജീവിതം ഹെലൻ തുടർന്നുപോന്നു. കത്തിപ്പോയ *ടീച്ചർ* എന്ന പുസ്തകം ഏഴുവർഷം കൊണ്ട് രണ്ടാമത് എഴുതി പൂർത്തിയാക്കി. 1955–ൽ *ടീച്ചർ* പ്രസിദ്ധീകരിച്ചു. തന്റെ

സംഭവബഹുലമായ ജീവിതത്തിനിടയിൽ ഹെലൻ പന്ത്രണ്ടു പുസ്തകങ്ങളും നിരവധി ലേഖനങ്ങളും എഴുതിപ്രസിദ്ധീകരിച്ചിട്ടുണ്ട്. ലേഖനങ്ങളിലൂടെയും പ്രഭാഷണങ്ങളിലൂടെയും ഹെലൻ ഉണ്ടാക്കിയെടുത്തിട്ടുള്ള അവബോധം അന്ധരും ബധിരരും ആയവരെ സംസാരം പരിശീലിപ്പിക്കുന്ന സാങ്കേതിക വളർച്ചയിൽ വലിയ പങ്കുവഹിച്ചു.

25

ഉറക്കത്തിലൂടെ നിത്യ വിശ്രമത്തിലേക്ക്

പ്രിയപ്പെട്ടവർ ഓരോരുത്തരായി തന്നെ വിട്ടുപൊയ്ക്കൊണ്ടിരുന്നത് ഹെലനെ മാനസികമായി വല്ലാതെ തളർത്തി. അമ്മയും പ്രിയപ്പെട്ട ടീച്ചറും ഒന്നുമില്ലാത്ത ലോകം ഹെലനെ സംബന്ധിച്ചിടത്തോളം ശൂന്യമായിരുന്നു. 1961-ൽ ഹെലന് തുടർച്ചയായി സ്ട്രോക്കുകൾ ഉണ്ടായി. പിന്നീടവർക്ക് പൊതുജീവിതത്തിൽ സജീവമാകാൻ സാധിച്ചില്ല. കണക്റ്റിക്കട്ട് വെസ്റ്റ്പോർട്ടിലെ അർക്കൻറിജ്ജിലുള്ള വീട്ടിൽ വിശ്രമജീവിതമായിരുന്നു പിന്നീടവർ നയിച്ചിരുന്നത്. 1964 സെപ്റ്റംബർ 14ന് പ്രസിഡന്റ് ലിൻഡൽ ബി ജോൺസൺ ഹെലൻ കെലറെ 'പ്രസിഡൻഷ്യൽ മെഡൽ ഓഫ് ഫ്രീഡം' നൽകി ആദരിച്ചു. അമേരിക്കയിൽ സാധാരണ ജനങ്ങൾക്ക് ലഭിക്കാവുന്ന ഏറ്റവും വലിയ ബഹുമതികളിൽ ഒന്നായിരുന്നു അത്. 1965-ൽ ന്യൂയോർക്കിലെ 'വിമൻസ് ഹാൾ ഓഫ് ഫെയിമി' ലേക്കു തിരഞ്ഞെടുക്കപ്പെട്ടു. വിശ്രമ ജീവിതം നയിക്കുമ്പോഴും 'അമേരിക്കൻ ഫൗണ്ടേഷൻ ഫോർ ദി ബ്ലൈൻഡ്'നുവേണ്ടി പ്രവർത്തിക്കുക എന്നതു തന്നെയായിരുന്നു മുഖ്യം. അതിനുവേണ്ടി ധനം സമാഹരിക്കലായിരുന്നു ഹെലന്റെ ജീവിതത്തിന്റെ മുഖ്യലക്ഷ്യം.

1968 ജൂൺ ഒന്നിനാണ് ആ മഹത്തായ ജീവിതത്തിന് തിരശ്ശീല വീഴുന്നത്. ശാന്തമായ ഉറക്കത്തിനിടയിലാണ് ഹെലൻ മരണമടയുന്നത്. വാഷിങ്ടണിലെ നാഷണൽ കത്തീഡ്രലിൽ പ്രത്യേക പ്രാർഥനകൾക്കുശേഷം ആൻ സളിവനെയും പോളിതോംപ്സനെയും സംസ്കരിച്ചതിനു തൊട്ടടുത്ത് ഹെലന്റെ ഭൗതിക ശരീരം അടക്കം ചെയ്തു.

ബധിരർക്ക് പരസഹായം കൂടാതെ മറ്റുള്ളവരുമായി സ്വതന്ത്രമായി സംസാരിക്കുവാൻ സഹായിക്കുന്ന യാതൊരു സാങ്കേതികവിദ്യയും ഇല്ലാതിരുന്ന ഒരുകാലത്ത്, മന:ശക്തിയും സ്ഥിരോത്സാഹവും നല്ലൊരു മാർഗ

ഹെലൻ കെലറും ആൻ സളിവനും പോളി തോംസണും
അന്ത്യവിശ്രമം കൊള്ളുന്ന നാഷണൽ കത്തീഡ്രൽ

ദർശിയും മാത്രം തന്റെ ശക്തിയായി കണക്കാക്കി ഹെലൻ കെലർ നടന്നുതീർത്ത ദൂരങ്ങൾ വളരെ വലുതാണ്. വൈകല്യങ്ങൾ ലോകത്തിന്റെ അവസാനമൊന്നുമല്ല എന്ന് ഉദ്ഘോഷിച്ചുകൊണ്ട് ലക്ഷക്കണക്കിനു മനസുകളിൽ പ്രത്യാശയുടെ തിരി തെളിയിക്കുവാൻ ഹെലൻ കെലറുടെ ജീവിതത്തിനു സാധിച്ചു.

26

ആൻ സളിവൻ

ഹെലൻ കെലറുടെ ജീവിത ചിത്രണം പൂർത്തിയാകണമെങ്കിൽ, അധ്യാപികയായി ഹെലന്റെ വീട്ടിലെത്തിയ ആൻ സളിവൻ എന്ന യുവതി അവളുടെ ജീവിതത്തിന്റെ ശക്തിയും ആത്മാവുമായി മാറിയ കഥകൂടി പറഞ്ഞേതീരൂ! അവരുടെ ബന്ധത്തിന് ഒരു നിർവചനം നൽകുക പ്രയാസമാണ്. അധ്യാപികയും ശിഷ്യയും എന്നതിനേക്കാൾ ഉപരി അമ്മയും മകളും എന്നോ ജ്യേഷ്ഠാനുജത്തിമാർ എന്നോ വിശേഷിപ്പിച്ചാൽപ്പോലും ആ ബന്ധത്തിന്റെ ആഴം വ്യക്തമാകുകയില്ല.

ആൻ സളിവൻ

ഏഴാമത്തെ വയസിൽ ട്രക്കോമ എന്ന രോഗം പിടിപെട്ട് ആനിന്റെ കാഴ്ചശക്തി പൂർണമായി നഷ്ടപ്പെട്ടു. പതിനഞ്ചു വയസുവരെ ആൻ സളിവനും പൂർണമായ അന്ധകാരത്തിലാണ് കഴിഞ്ഞുപോന്നത്. പെർക്കിൻസ് ഇൻസ്റ്റിറ്റ്യൂട്ടിൽ വച്ച് നടത്തിയ ഒരു ശസ്ത്രക്രിയയുടെ ഫലമായി കാഴ്ചശക്തി കുറെയെല്ലാം തിരികെക്കിട്ടി.

ഐറിഷ് വംശജയായിരുന്നു ആൻ. എട്ടുവയസുമാത്രം പ്രായമുള്ളപ്പോൾ അമ്മ മരിച്ചുപോയി. തികഞ്ഞ മദ്യപനായായിരുന്നു അച്ഛൻ. അമ്മ

യുടെ മരണശേഷം ആനും സഹോദരൻ ജിമ്മിയും ദരിദ്രബാലകർക്കുള്ള ഒരു ശരണാലയത്തിലാണ് വളർന്നത്. സമൂഹത്തിന്റെ ഏറ്റവും താഴെത്തട്ടിലുള്ള ഒരു വിഭാഗം കുട്ടികളായിരുന്നു അവിടത്തെ അന്തേവാസികൾ! പലതരത്തിലുള്ള കുറ്റവാളികളും മാറാരോഗികളും എല്ലാവരും ഒന്നിച്ചു കഴിയുന്ന ആ ശരണാലയത്തിലെ ജീവിതം തികച്ചും ദുരിതപൂർണമായിരുന്നു. അവിടത്തെ കഷ്ടപ്പാടുകൾ സഹിക്കവയ്യാതെ ജിമ്മി മരണമടഞ്ഞു. രണ്ടു മക്കളെ ശരണാലയത്തിലേക്കയയ്ക്കുമ്പോൾ മേരി എന്നൊരു മകളെ അച്ഛൻ ബന്ധുക്കളൊടൊപ്പം അയച്ചിരുന്നു. മേരിയെ ആൻ പിന്നീടൊരിക്കലും കണ്ടിട്ടില്ല. എവിടെയാണെന്ന് അറിയുമായിരുന്നുവോ എന്ന കാര്യംപോലും സംശയമായിരുന്നു.

ചില സാമൂഹികപ്രവർത്തകർ ആൻ സളിവനെ ശരണാലയത്തിൽ നിന്നും ബോസ്റ്റണിലെ പെർക്കിൻസ് ഇൻസ്റ്റിറ്റ്യൂട്ടിൽ എത്തിച്ചു. ജീവിതത്തിലെ ഏറ്റവും പ്രധാനപ്പെട്ട വഴിത്തിരിവായിരുന്നു ഈ കൂടുമാറ്റം. അവിടെവച്ച് കണ്ണിന് രണ്ടു ശസ്ത്രക്രിയ നടത്തി. അങ്ങനെ നഷ്ടപ്പെട്ടുപോയ കാഴ്ചശക്തി കുറെയൊക്കെ വീണ്ടെടുക്കാനായി. 1886-ൽ ആൻ സളിവൻ പെർക്കിൻസിൽ നിന്നും ബിരുദം നേടി. കാഴ്ചശക്തി പൂർണമായി ഇല്ലാതിരുന്നതിനാൽ ജോലി ഒരു സ്വപ്നമായി അവശേഷിച്ചു. അങ്ങനെയാണ് അനാഗ്നോസിന്റെ നിർദേശപ്രകാരം അന്ധയും ബധിരയും മൂകയുമായ ഹെലന്റെ അധ്യാപികയാകുവാൻ ആൻ തയാറാകുന്നത്. ആ തീരുമാനം ലോകചരിത്രത്തിൽ തന്നെ സ്ഥാനം നേടിയ വലിയൊരു ആത്മബന്ധമായി വളർന്നു. സഹജീവികളോട് അനുകമ്പയും ദയയും പ്രകടിപ്പിച്ചിരുന്ന ആൻ ബുദ്ധിമതിയും ധീരയും ആയിരുന്നു.

ആനും ഹെലനും തമ്മിൽ അടുക്കാൻ അധിക സമയമൊന്നും വേണ്ടിവന്നില്ല. ഹെലനാകട്ടെ, ചുരുങ്ങിയ സമയം കൊണ്ടുതന്നെ അമ്മയേക്കാൾ പ്രിയപ്പെട്ടവൾ തന്റെ ടീച്ചറായിമാറി. ആൻ ആണ് ഹെലനെ പെർക്കിൻസ് ഇൻസ്റ്റിറ്റ്യൂട്ടിൽ കൊണ്ടുപോയത്. ഹെലന്റെ കഴിവിലും സാമർഥ്യത്തിലും ഇൻസ്റ്റിറ്റ്യൂട്ട് ഡയറക്ടർ മൈക്കൽ അനാഗ്നോസ് അത്ഭുതം കൂറി. അദ്ദേഹം ബോസ്റ്റണിലുള്ള പല പല പ്രമുഖർക്കും ഹെലനെ പരിചയപ്പെടുത്തി. എല്ലാവരും ഹെലനെയും അവളെ കാര്യങ്ങളെല്ലാം അഭ്യസിപ്പിച്ചുകൊണ്ടിരിക്കുന്ന ആൻ സളിവനെയും മുക്തകണ്ഠം പ്രശംസിച്ചു. അന്നു ഹെലന് എട്ടു വയസാണ് പ്രായം. 1888-ലാണ് ഇതു നടക്കുന്നത്. അവളെ പെർക്കിൻസ് ഇൻസ്റ്റിറ്റ്യൂട്ടിൽ സ്ഥിരമായി താമസിപ്പിക്കാമെന്ന് ഡയറക്ടർ വാഗ്ദാനം ചെയ്തു. ഹെലന്റെ അസാധാരണമായ കഴിവിലൂടെ ഇൻസ്റ്റിറ്റ്യൂട്ടിന് പ്രശസ്തി കൈവരിക്കാനാവുമെന്ന കാര്യം മുൻകൂട്ടി കണ്ടുകൊണ്ടായിരുന്നു അദ്ദേഹത്തിന്റെ ഈ കണക്കുകൂട്ടൽ

എന്നാൽ ഹെലന്റെ കഴിവുകളെ മഹത്വവൽകരിച്ച്, അത്ഭുത ബാലികയായി പ്രചരിപ്പിച്ച് അവളുടെ സ്വകാര്യതയും സ്വൈരവും നഷ്ടപ്പെടുത്തുന്നത് ആൻ ഇഷ്ടപ്പെട്ടില്ല. അതവളുടെ സർവതോമുഖമായ

ഉയർച്ചയ്ക്ക് തടസം സൃഷ്ടിക്കും. ജീവിതത്തെ ബാധിക്കും എന്നെല്ലാം ആൻ വിശ്വസിച്ചു. അതുകൊണ്ടുതന്നെ ആ വാഗ്ദാനം രണ്ടാമതൊന്നാലോചിക്കാതെ ആൻ നിരസിച്ചു. ഹെലനോടൊന്നിച്ചു താമസിച്ച് ആൻ അവളുടെ അമ്മയും അധ്യാപികയും സഹോദരിയും സുഹൃത്തും എല്ലാമായി. ക്ലാസ് റൂമിന്റെ അന്തരീക്ഷത്തിലുള്ള ഒരധ്യയനരീതിയല്ലായിരുന്നു ആൻ പിൻതുടർന്നത്. ഓരോ വിദ്യാർഥിയുടെയും ആവശ്യങ്ങളും അഭിരുചിയും മനസിലാക്കി അതിനനുസരിച്ചുള്ള പരിശീലനമാണ് വേണ്ടതെന്ന് ആൻ വിശ്വസിച്ചു. അന്ന മോണ്ടിസോറിയിൽ നിന്നും പ്രചോദനം നേടിയ ശിക്ഷണരീതിയാണ് ആൻ പിൻതുടർന്നത്. "എന്തു പഠിപ്പിക്കണമെന്നോ, മുൻകൂട്ടി പഠിപ്പിക്കണമെന്നോ ഒന്നും എനിക്കറിയില്ല; ഞാനൊന്നും മുൻകൂട്ടി തീരുമാനിച്ചല്ല പഠിപ്പിക്കാറുള്ളത്. അപ്പോഴപ്പോൾ തോന്നുന്നതുപോലെ ചെയ്യുകയാണ് പതിവ്." ഇതാണ് ഹെലനെ പഠിപ്പിക്കുന്ന രീതിയെക്കുറിച്ച് ആൻ സളിവൻ അലക്സാണ്ടർ ഗ്രഹാം ബെല്ലിനോട് പറഞ്ഞത്. ആൻ സളിവന്റെ അധ്യയനരീതി അലക്സാണ്ടർ ഗ്രഹാം ബെല്ലിനെ വളരെയധികം ആശ്ചര്യപ്പെടുത്തിയിരുന്നു. അധ്യാപകലോകത്തിന് അമൂല്യമായ അധ്യയനരീതിയാണ് ഹെലന്റെ വിദ്യാഭ്യാസത്തിനുവേണ്ടി ആൻ പിന്തുടർന്നിരുന്നതെന്ന് ബെൽ രേഖപ്പെടുത്തിയിട്ടുണ്ട്.

റെന്താമിലെ വീട്ടിൽ താമസിക്കുന്ന അവസരത്തിലാണ് ആനും ജോൺ മേയ്സിയും തമ്മിൽ അടുക്കുന്നത്. ജോൺ അവിടത്തെ പതിവുസന്ദർശകനായിരുന്നു. അഗാധപ്രണയം ഉണ്ടായിരുന്നിട്ടും ആൻ പലതവണ ജോൺ മേയ്സിയുടെ വിവാഹാഭ്യർഥന നിരസിച്ചിട്ടുണ്ട്. ഹെലനെകുറിച്ചുള്ള ചിന്തകളാണ് വിവാഹാഭ്യർഥന നിരസിക്കുവാനുള്ള പ്രധാന കാരണം. ഹെലനും ജോണും പരസ്പരം നന്നായി മനസിലാക്കിയിരുന്നുവെങ്കിലും താൻ ജോണിനെ വിവാഹം കഴിച്ചാൽ ഹെലന് അത് അസൗകര്യം സൃഷ്ടിക്കുമെന്ന് ആൻ ഭയപ്പെട്ടു. എന്നാൽ ഹെലന്റെ മനസിൽ ആൻ-ജോൺ വിവാഹത്തെക്കുറിച്ച് യാതൊരു ആശങ്കയും ഉണ്ടായിരുന്നില്ല എന്നു വേണം കരുതാൻ.

അവസാനം ജോൺ ആനിനെക്കൊണ്ടു വിവാഹത്തിനു സമ്മതിപ്പിക്കുക തന്നെ ചെയ്തു. ഈ വിവാഹം ഹെലനു ഗുണം ചെയ്യുക മാത്രമേ ഉണ്ടാകുകയുള്ളൂ എന്ന് ജോൺ ആനിനെ വിശ്വസിപ്പിച്ചു. ജോൺ ഹെലനെ നന്നായി നോക്കിക്കൊള്ളുമെന്ന് ആൻ വിശ്വസിച്ചു. അവർക്ക് ജോണിനെ നല്ല വിശ്വാസം ഉണ്ടായിരുന്നു. എന്നാൽ തുടക്കത്തിലുണ്ടായിരുന്ന ആവേശം ജോണിൽ സ്ഥിരമായി നിലനിന്നില്ല. ഒന്നിച്ചു ജീവിക്കുവാൻ തുടങ്ങിയതോടെ അവരുടെ ഇടയിൽ അഭിപ്രായവ്യത്യാസങ്ങളും തലപൊക്കിത്തുടങ്ങി. ആനിന്റെ ചൂടൻ പ്രകൃതവുമായി പെട്ടെന്നങ്ങ് ഇണങ്ങിച്ചേരാനോ അതുമായി പൊരുത്തപ്പെടാനോ ജോണിന് സാധിക്കാതെ വന്നു. ഹാർവാർഡിൽ അധ്യാപകനും ഒരു മാസികയിൽ സാഹിത്യ വിമർശകനുമായിരുന്ന ജോൺ മേയ്സി ഹെലന്റെ മാനേജരും

എഡിറ്ററുമായി. അമേരിക്കയിലും വിദേശരാജ്യങ്ങളിലും ഹെലന്റെ പുസ്തകങ്ങൾ പ്രസിദ്ധീകരിക്കുന്നതു സംബന്ധിച്ച മുഴുവൻ കാര്യങ്ങളും ശ്രദ്ധയോടെ നിർവഹിച്ചത് അദ്ദേഹമാണ്. ആ കാര്യം ഭംഗിയായി നിർവഹിക്കുന്നതിനുവേണ്ടി സ്പർശഭാഷ പഠിച്ചു. തിരുത്തലുകൾ പറഞ്ഞു കൊടുക്കാൻ മറ്റു മാർഗമില്ലല്ലോ. ഹെലന്റെ മനസിൽ സോഷ്യലിസ്റ്റ് ചിന്തകളും രാഷ്ട്രീയ നിലപാടുകളും രൂപീകരിക്കുന്നതിൽ അദ്ദേഹം വഹിച്ച പങ്ക് ചെറുതല്ല.

1913–ഫെബ്രുവരിയിലാണ് ആനും ഹെലനും ഒന്നിച്ച് പതിനഞ്ചുമാസത്തെ ഒരു പ്രഭാഷണപര്യടനത്തിനു പുറപ്പെടുന്നത്. ആൻ–ജോൺ ദാമ്പത്യത്തിൽ തകർച്ചകൾ കണ്ടുതുടങ്ങുന്ന ഒരു കാലമായിരുന്നു അത്. ആ വർഷം മേയ് മാസത്തിൽ ജോൺ ഒറ്റയ്ക്ക് യൂറോപ്പിലേക്ക് പോയി. ആൻ പലവിധത്തിൽ ശ്രമിച്ചിട്ടും അയാൾ മടങ്ങിവരാൻ തയാറായില്ല. ആനിന്റെ പെട്ടെന്നു ദേഷ്യം വരുന്ന പ്രകൃതം, കുടുംബത്തിന്റെ ദയനീയമായ സാമ്പത്തികാവസ്ഥ, ആൻ, തന്നെക്കാൾ മുൻഗണന നൽകുന്നത് ഹെലനാണ് എന്ന ധാരണ തുടങ്ങിയവയൊക്കെയാണ് അവരുടെ ദാമ്പത്യം പരാജയപ്പെടാനുള്ള കാരണമായി കണക്കാക്കുന്നത്.

1936–ലാണ് ആൻ സളിവന്റെ മരണം. ഇനിയൊരു ജന്മമുണ്ടെങ്കിൽ ഇതുപോലെ തന്നെ ഒരു അധ്യാപികയാകാൻ ഇഷ്ടപ്പെടുന്നുണ്ടോ എന്ന ചോദ്യത്തിന് "നമ്മുടെ വഴി നമ്മൾ തെരഞ്ഞെടുക്കുകയല്ലല്ലോ. വിധി നമ്മെ തെരഞ്ഞെടുക്കുകയാണ്." എന്നായിരുന്നു ആൻ സളിവന്റെ മറുപടി. ഹെലൻ കെലറുടെ 'നേർപകുതി' എന്നാണ് പ്രശസ്ത എഴുത്തുകാരനായ മാർക്ട്വൈയിൻ ആൻ സളിവനെ വിശേഷിപ്പിച്ചത്.

അന്ധരുടെ വിദ്യാഭ്യാസത്തിനും സാമൂഹിക പ്രവർത്തനങ്ങൾക്കും വിദ്യാഭ്യാസവും ജീവിതവും സംബന്ധിച്ച ദർശനങ്ങൾക്കും നൽകിയ സംഭാവനകളെ മുൻനിർത്തി 2003–ൽ ആൻ സളിവൻ മേയ്സിയുടെ പ്രതിമ അമേരിക്കൻ നാഷണൽ വിമൻസ് ഹാൾ ഓഫ് ഫെയ്മിൽ സ്ഥാപിച്ചു. ആൻ സളിവനുള്ള ബഹുമതി 'അമേരിക്കൻ ഫൗണ്ടേഷൻ ഫോർ ദ ബ്ലൈൻഡ്' ഏറ്റുവാങ്ങി സൂക്ഷിക്കുന്നു.

ഹെലൻ കെലറും ആൻ സളിവനും ചേർന്ന് തുടങ്ങിവച്ച കാര്യങ്ങളാണ് അന്ധബധിര ക്ഷേമത്തിന് ലോകത്തിൽ ഇന്നോളം വഴികാട്ടിയായിട്ടുള്ളത്. ഹെലനെ വിദ്യാഭ്യാസം ചെയ്യിക്കുവാൻ ആൻ അവലംബിച്ച മാർഗങ്ങളാണ് അന്ധബധിര വിദ്യാഭ്യാസത്തിന്റെ അടിത്തറ.

കാഴ്ചയുടേയും കേൾവിയുടേയും ലോകത്തേക്ക് പ്രവേശനം നിഷേധിക്കപ്പെട്ട, ഏകാന്തതയും ദു:ശാഠ്യങ്ങളും മാത്രം കൂട്ടിനുണ്ടായിരുന്ന ഒരു കൊച്ചു ബാലികയുടെ ലോകത്തിൽ മാന്ത്രിക വസന്തം വിരിച്ച ഒരു മാലാഖയായിരുന്നു ആൻ സളിവൻ!

27

ഹെലൻ കെലർ ആർക്കൈവ്സ്

ഹെലൻ കെലറുമായി ബന്ധപ്പെട്ട രേഖകൾ സംരക്ഷിച്ചുപോരുന്ന കേന്ദ്രമാണ് ഹെലൻ കെലർ ആർക്കൈവ്സ്. അമേരിക്കൻ ഫൗണ്ടേഷൻ ഫോർ ദ ബ്ലൈൻഡിനു കീഴിലാണ് ഈ സ്ഥാപനം പ്രവർത്തിക്കുന്നത്. അന്ധത, ബധിരത, അന്ധബധിര ക്ഷേമപ്രവർത്തനങ്ങൾ, സ്ത്രീ ശാക്തീകരണപ്രവർത്തനങ്ങൾ, സാഹിത്യം തുടങ്ങി പത്തൊമ്പതാം നൂറ്റാണ്ടിന്റെ അവസാന ദശകം മുതൽ ഇരുപതാം നൂറ്റാണ്ടിന്റെ അവസാനംവരെയുള്ള അമേരിക്കൻ സംസ്കാരപരിണാമം സംബന്ധിച്ച വിലപ്പെട്ട രേഖകളുടെ കലവറയാണ് ഇവിടം. ശാരീരിക വൈകല്യങ്ങളുടേയും സ്ത്രീകളുടെ സാമൂഹികാവസ്ഥകളുടെയും ഒരു നേർക്കാഴ്ചയെന്ന് ഈ കേന്ദ്രത്തെ വിശേഷിപ്പിക്കാം.

1878 മുതൽ 1998 വരെയുള്ള കാലഘട്ടത്തിലെ രേഖകളാണ് ഇവിടെ സൂക്ഷിച്ചിരിക്കുന്നത്. ഉടമ്പടികൾ, പ്രമാണങ്ങൾ, ലഘുലേഖകൾ, നിവേദനങ്ങൾ, പ്രസംഗങ്ങൾ, റിപ്പോർട്ടുകൾ, ലേഖനങ്ങൾ, കൈയെഴുത്തുപ്രതികൾ, എഴുതിയതും ടൈപ്പ് ചെയ്തതും ബ്രെയിലി ലിപിയിൽ ഉള്ളതുമായ കത്തിടപാടുകൾ, ഫോട്ടോകൾ, നെഗറ്റീവുകൾ, ഓഡിയോ റെക്കോർഡുകൾ, ഫിലിമുകൾ, മൈക്രോഫിലിമുകൾ, കലാസൃഷ്ടികൾ എന്നിവയെല്ലാം ഈ കേന്ദ്രത്തിൽ വളരെ ഭംഗിയായി സൂക്ഷിച്ചിരിക്കുന്നു.

ആൻ സളിവന്റെ ചില കത്തുകളും കവിതകളും ലേഖനങ്ങളും ഹെലൻ കെലർ ആർക്കൈവ്സിൽ ഉണ്ട്. ആനുമായി ബന്ധപ്പെട്ട മറ്റു രേഖകളും വസ്തുക്കളും പെർക്കിൻസ് സ്കൂൾ ഫോർ ദ ബ്ലൈൻഡിലും അമേരിക്കൻ ആന്റിയേറിയൻ സൊസൈറ്റിയിലുമാണുള്ളത്. എന്നാൽ അവരുടെ ഡയറിക്കുറിപ്പുകളും കത്തുകളും അടക്കമുള്ള സ്വകാര്യ രേഖകൾ മിക്കവാറും എല്ലാംതന്നെ അവരുടെ ആഗ്രഹത്തെ മാനിച്ച് അഗ്നിക്ക്

ഇരയാക്കുകയാണ് ഉണ്ടായത്. ഹെലൻ കെലർ അന്ത്യവിശ്രമം കൊള്ളുന്ന വാഷിങ്ടണിലെ നാഷണൽ കത്തീഡ്രൽ ഇന്ന് തിരക്കേറിയ ടൂറിസ്റ്റ് കേന്ദ്രമാണ്. അവിടെ ഓടിൽ നിർമിച്ച ഒരു സ്മാരക ഫലകത്തിൽ ഇങ്ങനെ രേഖപ്പെടുത്തിയിരിക്കുന്നു: “ഹെലൻ കെലറും പ്രിയ സുഹൃത്ത് ആൻ സളിവനും മേയ്സിയും ഈ ദേവാലയത്തിനു പിന്നിലെ ചിതാഭസ്മ കുടീരത്തിൽ അടക്കം ചെയ്യപ്പെട്ടിരിക്കുന്നു.” ബ്രെയിലി ലിപിയിലാണ് ഫലകത്തിലെ എഴുത്ത്. സന്ദർശകരുടെ കരസ്പർശം ഏറ്റ് എഴുത്ത് മാഞ്ഞുപോയതുകാരണം രണ്ടുപ്രാവശ്യം ഫലകം മാറ്റി സ്ഥാപിച്ചു.

www.ingramcontent.com/pod-product-compliance
Lightning Source LLC
LaVergne TN
LVHW090122160826
845673LV00015B/739